PANJA

MADE EASY

Book III

ਸੌਖੀ ਪੰਜਾਬੀ

ਭਾਗ ਤੀਜਾ

By

Dr. J.S. NAGRA M.A; M.Ed; Ph.D.

Inspector of Schools (Retd.)

Published by : **NAGRA PUBLICATIONS**

399 Ansty Road, Coventry CV2 3BQ, UK

Tel & Fax : 02476 617314

E-mail : js.nagra@ntlworld.com

Website : www.nagrapublications.co.uk

ISBN 978 1 870383 00 4

1st Edition : March 1987.

Revised Edition : September 1988.

Reprinted : January 1990, January 1995, January 2000, July 2002, July 2010, January 2012.

This book is also available from :

1. THE SIKH MISSIONARY SOCIETY UK
    10 Featherstone Road, Southall, Middlesex
    UB2 5AA, Tel : 0208 574 1902

2. DTF ASIAN PUBLISHERS AND DISTRIBUTORS
    117 Soho Road, Handsworth, Birmingham
    B21 9ST, Tel : 0121 515 1183

3. GARDNERS BOOKS LTD.
    1 Whittle Drive, Willington Drove, Eastbourne, East Sussex,
    BN 23 6 QH Tel : 01323 521555

4. GURMAT PARCHAR
    21 Brook Road, Northfleet, Gravesend, Kent,
    DA11 8RQ. Tel : 01474 326428

5. JAYSONS
    267 Soho Road, Handsworth, Birmingham,
    B21 9SA, Tel : 0121 554 3384

INTRODUCTION

This book is the third one in the 'Panjabi Made Easy' series. It is designed for those learners who have started to use the systematic level of learning as used by the author of this series.

Student preparing for G.C.S.E. examination will find it extremely useful whereas other learners will benefit from its organised presentation of Panjabi words and relatively complex structures of sentences as they progress through the book.

Questions at the end of each lesson are designed for the learner to monitor his/her own progress. Ample Panjabi vocabulary with English translation is provided at the end.

J.S. Nagra
Author

ਪਾਠ ਸੂਚੀ

"BOOKS!"

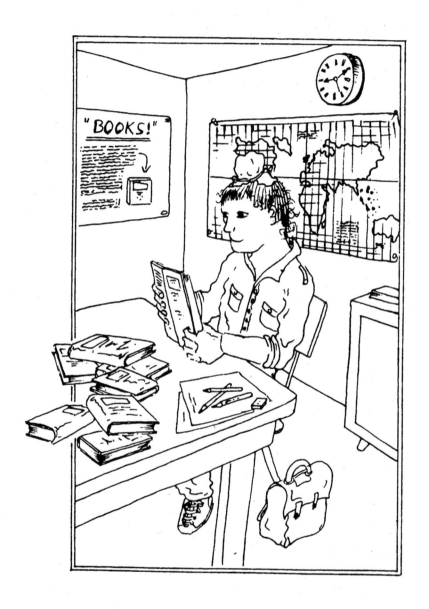

ਰਸਬੀਰ

ਰਸਬੀਰ ਇੱਕ ਚੰਗਾ ਮੁੰਡਾ ਹੈ। ਉਹ ਸਦਾ ਆਪਣੇ ਮਾਤਾ ਪਿਤਾ ਦਾ ਕਹਿਣਾ ਮੰਨਦਾ ਹੈ। ਪੜ੍ਹਾਈ ਵਿੱਚ ਉਹ ਬਹੁਤ ਦਿਲਚਸਪੀ ਰੱਖਦਾ ਹੈ।

ਉਹ ਆਪਣੇ ਕਮਰੇ ਵਿੱਚ ਇੱਕ ਕੁਰਸੀ ਉੱਤੇ ਬੈਠਾ ਹੈ। ਉਹ ਕਿਤਾਬ ਪੜ੍ਹ ਰਿਹਾ ਹੈ। ਉਸ ਦੇ ਕਮਰੇ ਵਿੱਚ ਇੱਕ ਮੇਜ਼ ਹੈ। ਮੇਜ਼ ਉੱਤੇ ਕੁਝ ਕਿਤਾਬਾਂ ਹਨ। ਉਸ ਦਾ ਬੈਗ ਉਸ ਦੇ ਕੋਲ ਪਿਆ ਹੈ। ਬੈਗ ਵਿੱਚ ਉਸ ਦੀਆਂ ਕਿਤਾਬਾਂ ਅਤੇ ਬਾਕੀ ਚੀਜ਼ਾਂ ਹਨ। ਉਸ ਦੇ ਕਮਰੇ ਵਿੱਚ ਇੱਕ ਕਲਾਕ ਅਤੇ ਕਈ ਹੋਰ ਚੀਜ਼ਾਂ ਹਨ।

ਉਹ ਸਕੂਲ ਤੋਂ ਕਦੇ ਗ਼ੈਰਹਾਜ਼ਰ ਨਹੀਂ ਹੁੰਦਾ। ਉਹ ਸਦਾ ਚੰਗੇ ਬੱਚਿਆਂ ਦੀ ਸੰਗਤ ਕਰਦਾ ਹੈ। ਸਕੂਲ ਤੋਂ ਵਾਪਸ ਆ ਕੇ ਦੋ ਤਿੰਨ ਘੰਟੇ ਹਰ ਰੋਜ਼ ਪੜ੍ਹਾਈ ਕਰਦਾ ਹੈ। ਕਿਸੇ ਨਾਲ ਵੀ ਲੜਾਈ ਨਹੀਂ ਕਰਦਾ।

ਇਸੇ ਕਰਕੇ ਸਾਰੇ ਉਸ ਨੂੰ ਪਸੰਦ ਕਰਦੇ ਹਨ।

ਅਭਿਆਸ (Exercise)

ਹੇਠ ਲਿਖੇ ਪ੍ਰਸ਼ਨਾਂ ਦੇ ਉੱਤਰ ਪੂਰੇ ਵਾਕਾਂ ਵਿੱਚ ਦਿਓ :

1. ਰਸਬੀਰ ਕੀ ਕਰਦਾ ਹੈ ?

    1) ਸਾਈਕਲ ਚਲਾਉਂਦਾ ਹੈ।

    2) ਫੁਟਬਾਲ ਖੇਡਦਾ ਹੈ।

    3) ਕਿਤਾਬ ਪੜ੍ਹਦਾ ਹੈ।

2. ਰਸਬੀਰ ਦੇ ਹੱਥ ਵਿੱਚ ਕੀ ਹੈ ?

    1) ਪੈਨ ਹੈ।

    2) ਕਿਤਾਬ ਹੈ।

    3) ਰੁਮਾਲ ਹੈ।

3. ਰਸਬੀਰ ਦਾ ਬੈਗ ਕਿੱਥੇ ਹੈ ?

    1) ਮੇਜ਼ ਉੱਤੇ ਹੈ।

    2) ਹੱਥ ਵਿੱਚ ਹੈ।

    3) ਕੋਲ ਪਿਆ ਹੈ।

4. ਸਕੂਲ ਤੋਂ ਵਾਪਸ ਆ ਕੇ ਰਸਬੀਰ ਕੀ ਕਰਦਾ ਹੈ ?

    1) ਖਾਣਾ ਖਾਂਦਾ ਹੈ।

    2) ਪੜ੍ਹਾਈ ਕਰਦਾ ਹੈ।

    3) ਫੁਟਬਾਲ ਖੇਡਦਾ ਹੈ।

5. ਰਸਬੀਰ ਬਾਰੇ ਕੋਈ ਚਾਰ ਗੱਲਾਂ ਲਿਖੋ।

Answer the following questions in English :

1. Where is Rasbir sitting?
2. What is he doing?
3. What is on the table?
4. What is in the bag?
5. What does he do after coming back from school?
6. Why does everybody like him?
7. Write any four things about Rasbir.

ਸੂਜ਼ਨ ਦੀ ਮੰਮੀ ਰਸੋਈ ਵਿੱਚ

ਸੂਜ਼ਨ ਦੀ ਮੰਮੀ ਰਸੋਈ ਵਿੱਚ ਹੈ। ਉਹ ਰਸੋਈ ਨੂੰ ਸਾਫ਼ ਸੁਥਰਾ ਰੱਖਣਾ ਪਸੰਦ ਕਰਦੀ ਹੈ। ਉਹ ਹਰ ਰੋਜ਼ ਘੱਟ ਤੋਂ ਘੱਟ ਇੱਕ ਵਾਰ ਜ਼ਰੂਰ ਰਸੋਈ ਸਾਫ਼ ਕਰਦੀ ਹੈ। ਉਹ ਆਪਣਾ ਬਹੁਤਾ ਸਮਾਂ ਰਸੋਈ ਵਿੱਚ ਹੀ ਗੁਜ਼ਾਰਦੀ ਹੈ।

ਸੂਜ਼ਨ ਦੀ ਮੰਮੀ ਦਾ ਨਾਂ ਮਿਸਿਜ਼ ਥੌਮਸ ਹੈ। ਮਿਸਿਜ਼ ਥੌਮਸ ਸਿੰਕ ਦੇ ਕੋਲ ਖੜ੍ਹੀ ਹੈ। ਸਿੰਕ ਵਿੱਚ ਕਾਫੀ ਜੂਠੇ ਭਾਂਡੇ ਹਨ। ਮਿਸਿਜ਼ ਥੌਮਸ ਕੱਪ, ਪਲੇਟਾਂ ਅਤੇ ਬਾਕੀ ਭਾਂਡੇ ਧੋਂਦੀ ਹੈ।

ਅੱਜ ਮਿਸਿਜ਼ ਥੌਮਸ ਨੇ ਆਪਣਾ ਕੰਮ ਖ਼ਤਮ ਕਰਕੇ ਬਜ਼ਾਰ ਜਾਣਾ ਹੈ। ਸੂਜ਼ਨ ਵੀ ਉਸ ਨਾਲ ਬਜ਼ਾਰ ਜਾਵੇਗੀ। ਇਸ ਕਰਕੇ ਉਹ ਬਹੁਤ ਖ਼ੁਸ਼ ਹੈ।

ਅਭਿਆਸ (Exercise)

1. ਹੇਠ ਲਿਖੇ ਪ੍ਰਸ਼ਨਾਂ ਦੇ ਉੱਤਰ ਪੂਰੇ ਵਾਕਾਂ ਵਿੱਚ ਲਿਖੋ :

   ੳ. ਸੂਜ਼ਨ ਦੀ ਮੰਮੀ ਕਿੱਥੇ ਹੈ ?

      1) ਬਜ਼ਾਰ ਵਿੱਚ।

2) ਰਸੋਈ ਵਿੱਚ।

3) ਪਾਰਕ ਵਿੱਚ।

ਅ. ਸੂਜ਼ਨ ਦੀ ਮੰਮੀ ਦਾ ਕੀ ਨਾਂ ਹੈ ?

1) ਮਿਸਿਜ਼ ਬਰਾਊਨ।

2) ਮਿਸਿਜ਼ ਹਿਕਮੈਨ।

3) ਮਿਸਿਜ਼ ਥੌਮਸ।

ੲ. ਸਿੰਕ ਵਿੱਚ ਕੀ ਹੈ ?

1) ਕਪੜੇ ਹਨ।

2) ਜੂਠੇ ਭਾਂਡੇ ਹਨ।

3) ਖਾਣ ਪੀਣ ਦੀਆਂ ਚੀਜ਼ਾਂ ਹਨ।

ਸ. ਸੂਜ਼ਨ ਦੀ ਮੰਮੀ ਕਿੱਥੇ ਖੜੀ ਹੈ ?

1) ਸਿੰਕ ਕੋਲ।

2) ਦਰਵਾਜ਼ੇ ਕੋਲ।

3) ਬਾਹਰ ਗਾਰਡਨ ਵਿੱਚ।

ਹ. ਅੱਜ ਸੂਜ਼ਨ ਕਿਉਂ ਖ਼ੁਸ਼ ਹੈ ?

1) ਕਿਉਂਕਿ ਉਸ ਨੇ ਲੰਡਨ ਜਾਣਾ ਹੈ।

2) ਕਿਉਂਕਿ ਉਸ ਨੇ ਬਜ਼ਾਰ ਜਾਣਾ ਹੈ।

3) ਕਿਉਂਕਿ ਉਹ ਪਾਸ ਹੋ ਗਈ ਹੈ।

2. ਉਹਨਾਂ ਸਾਰੀਆਂ ਚੀਜ਼ਾਂ ਦੀ ਲਿਸਟ ਬਣਾ ਕੇ ਲਿਖੋ ਜਿਹੜੀਆਂ ਰਸੋਈ ਵਿੱਚ ਹੁੰਦੀਆਂ ਹਨ।

Answer the following questions in English :

1. Where is Susan's mother?

2. What is the name of Susan's mother?

3. What is in the sink?

4. Where will Mrs. Thomas be going today?

5. Why is Susan happy?

MARKET

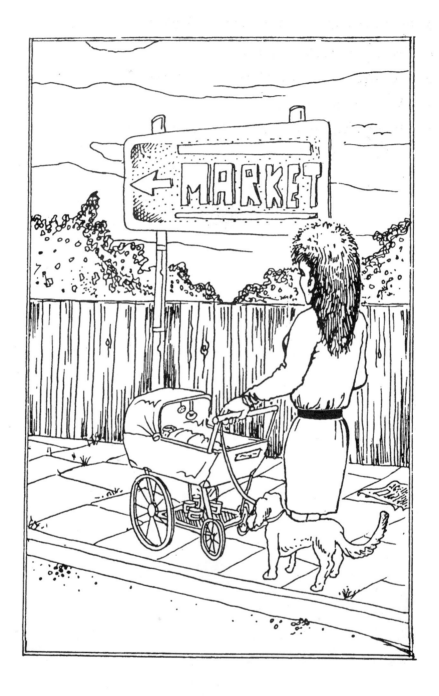

ਮਿਸਿਜ਼ ਜੋਨਜ਼

ਮਿਸਿਜ਼ ਜੋਨਜ਼ ਇੱਕ ਪਰਾਮ ਧੱਕੀ ਬਜ਼ਾਰ ਵੱਲ ਜਾ ਰਹੀ ਹੈ। ਪਰਾਮ ਵਿੱਚ ਉਸ ਦਾ ਮੁੰਡਾ ਟੋਨੀ ਹੈ। ਟੋਨੀ ਸੁੱਤਾ ਪਿਆ ਹੈ।

ਮਿਸਿਜ਼ ਜੋਨਜ਼ ਨੇ ਆਪਣਾ ਕੁੱਤਾ ਵੀ ਪਰਾਮ ਨਾਲ ਬੰਨ੍ਹਿਆ ਹੋਇਆ ਹੈ। ਕੁੱਤੇ ਦਾ ਨਾਂ ਜੈਕ ਹੈ। ਜੈਕ ਵੀ ਮਿਸਿਜ਼ ਜੋਨਜ਼ ਨਾਲ ਬਾਹਰ ਜਾਣਾ ਪਸੰਦ ਕਰਦਾ ਹੈ।

ਜਦੋਂ ਵੀ ਮਿਸਿਜ਼ ਜੋਨਜ਼ ਬਜ਼ਾਰ ਜਾਂਦੀ ਹੈ ਉਹ ਟੋਨੀ ਅਤੇ ਜੈਕ ਨੂੰ ਆਪਣੇ ਨਾਲ ਲੈ ਕੇ ਜਾਂਦੀ ਹੈ। ਮਿਸਿਜ਼ ਜੋਨਜ਼ ਦਾ ਪਤੀ ਮਿਸਟਰ ਜੋਨਜ਼ ਫੈਕਟਰੀ ਵਿੱਚ ਕੰਮ ਕਰਦਾ ਹੈ। ਪਰ ਮਿਸਿਜ਼ ਜੋਨਜ਼ ਟੋਨੀ ਦੀ ਦੇਖ ਭਾਲ ਅਤੇ ਹੋਰ ਘਰ ਦਾ ਕੰਮ ਹੀ ਕਰਦੀ ਹੈ।

ਅਭਿਆਸ (Exercise)

1. ਹੇਠ ਲਿਖੇ ਪ੍ਰਸ਼ਨਾਂ ਦੇ ਉੱਤਰ ਪੂਰੇ ਵਾਕਾਂ ਵਿੱਚ ਲਿਖੋ :

    ੳ. ਮਿਸਿਜ਼ ਜੋਨਜ਼ ਕਿੱਥੇ ਜਾ ਰਹੀ ਹੈ ?

    1) ਸਕੂਲ ਵੱਲ।

2) ਬਜ਼ਾਰ ਵੱਲ। ✓

3) ਰੇਲਵੇ ਸਟੇਸ਼ਨ ਵੱਲ।

ਅ. ਟੋਨੀ ਕਿੱਥੇ ਹੈ ?

   1) ਬੈਡ ਵਿੱਚ।

   2) ਪਰਾਮ ਵਿੱਚ।

   3) ਸਕੂਲ ਵਿੱਚ।

ੲ. ਮਿਸਿਜ਼ ਜੋਨਜ਼ ਦੇ ਕੁੱਤੇ ਦਾ ਕੀ ਨਾਂ ਹੈ ?

   1) ਜੈਕ। ✓

   2) ਟੋਨੀ।

   3) ਪੀਟਰ।

ਸ. ਮਿਸਟਰ ਜੋਨਜ਼ ਕਿੱਥੇ ਕੰਮ ਕਰਦਾ ਹੈ ?

   1) ਸਕੂਲ ਵਿੱਚ।

   2) ਫੈਕਟਰੀ ਵਿੱਚ। ✓

   3) ਦੁਕਾਨ ਵਿੱਚ।

2. ਖ਼ਾਲੀ ਥਾਵਾਂ ਭਰੋ :

   1) ਪਰਾਮ ਵਿੱਚ ਉਸਦਾ ਮੁੰਡਾ.............ਹੈ।

   2) .... ਦਾ ਨਾਂ ਜੈਕ ਹੈ।

   3) ਮਿਸਿਜ਼ ਜੋਨਜ਼ ਨੇ ਆਪਣਾ.............ਵੀ............. ਨਾਲ ਬੰਨ੍ਹਿਆ ਹੋਇਆ ਹੈ।

   4) ਮਿਸਟਰ ਜੋਨਜ਼.............ਵਿੱਚ ਕੰਮ ਕਰਦਾ ਹੈ।

   5) ਮਿਸਿਜ਼ ਜੋਨਜ਼.............ਦੀ ਦੇਖ ਭਾਲ ਕਰਦੀ ਹੈ।

Answer the following questions in English :

1. Where is Mrs. Jones going to ?

2. What is in the pram ?

3. What is the name of Mrs. Jones's dog ?

4. Who accompanies Mrs. Jones when she goes to the market ?

5. Where does Mr. Jones work ?

6. What does Mrs. Jones do ?

MEAT
50P

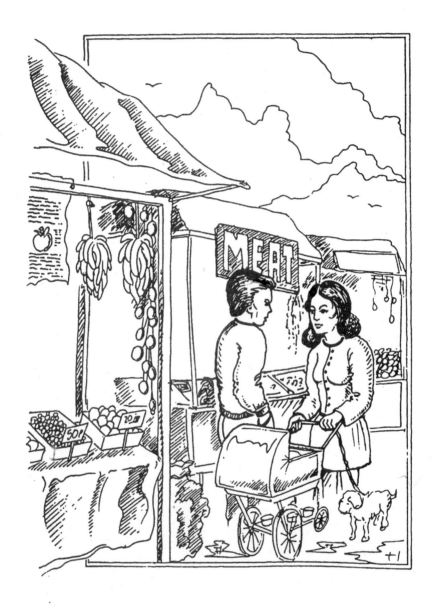

ਮਿਸਿਜ਼ ਜੋਨਜ਼ ਬਜ਼ਾਰ ਵਿੱਚ

ਮਿਸਿਜ਼ ਜੋਨਜ਼ ਬਜ਼ਾਰ ਵਿੱਚ ਪਹੁੰਚ ਗਈ ਹੈ। ਉਸ ਦਾ ਕੁੱਤਾ ਜੈਕ ਵੀ ਉਸ ਦੇ ਨਾਲ ਹੈ। ਬਜ਼ਾਰ ਵਿੱਚ ਹਰ ਤਰ੍ਹਾਂ ਦੀਆਂ ਦੁਕਾਨਾਂ ਹਨ। ਮਿਸਿਜ਼ ਜੋਨਜ਼ ਨੇ ਮੀਟ ਅਤੇ ਕੁਝ ਫਲ ਖ਼ਰੀਦਣੇ ਹਨ। ਇਸ ਲਈ ਉਹ ਮੀਟ ਅਤੇ ਫਲਾਂ ਦੀ ਦੁਕਾਨ ਦੇ ਕੋਲ ਪਹੁੰਚ ਗਈ ਹੈ।

ਫਲਾਂ ਦੀ ਦੁਕਾਨ ਵਾਲੇ ਨੇ ਸਾਰੇ ਫਲ ਬੜੇ ਸਜਾ ਕੇ ਰੱਖੇ ਹੋਏ ਹਨ। ਇਸ ਦੁਕਾਨ ਤੋਂ ਤੁਸੀਂ ਕੇਲੇ, ਸੰਗਤਰੇ, ਅੰਗੂਰ, ਅੰਬ, ਖਰਬੂਜ਼ੇ, ਸੇਬ ਅਤੇ ਹੋਰ ਕਈ ਤਰ੍ਹਾਂ ਦੇ ਫਲ ਖ਼ਰੀਦ ਸਕਦੇ ਹੋ। ਮਿਸਿਜ਼ ਜੋਨਜ਼ ਨੇ ਕੇਲੇ, ਅੰਬ ਅਤੇ ਸੰਗਤਰੇ ਖ਼ਰੀਦਣੇ ਹਨ।

ਬਜ਼ਾਰ ਮਿਸਿਜ਼ ਜੋਨਜ਼ ਦੇ ਘਰ ਤੋਂ ਕੋਈ ਬਹੁਤ ਦੂਰ ਨਹੀਂ ਹੈ। ਉਹ ਬਜ਼ਾਰ ਨੂੰ ਤੁਰ ਕੇ ਜਾਣਾ ਪਸੰਦ ਕਰਦੀ ਹੈ। ਇਸ ਨਾਲ ਉਸ ਦੀ ਅਤੇ ਉਸ ਦੇ ਕੁੱਤੇ ਜੈਕ ਦੀ ਕਸਰਤ ਹੋ ਜਾਂਦੀ ਹੈ। ਜੈਕ ਵੀ ਬਜ਼ਾਰ ਨੂੰ ਤੁਰ ਕੇ ਜਾਣ ਨਾਲ ਬਹੁਤ ਖ਼ੁਸ਼ ਹੁੰਦਾ ਹੈ।

ਜਦੋਂ ਮਿਸਿਜ਼ ਜੋਨਜ਼ ਮੀਟ ਦੀ ਦੁਕਾਨ ਕੋਲ ਪਹੁੰਚਦੀ ਹੈ

ਤਾਂ ਉਸ ਨੂੰ ਅਚਾਨਕ ਮਿਸਟਰ ਸਮਿੱਥ ਮਿਲਦਾ ਹੈ। ਉਹ ਮਿਸਿਜ਼ ਜੋਨਜ਼ ਨੂੰ ਮਿਸਟਰ ਜੋਨਜ਼ ਅਤੇ ਟੋਨੀ ਦਾ ਹਾਲ ਚਾਲ ਪੁੱਛਦਾ ਹੈ। ਜੈਕ ਕੋਲ ਖੜ੍ਹਾ ਹੈ। ਮਿਸਟਰ ਸਮਿੱਥ ਵੀ ਬਜ਼ਾਰ ਤੋਂ ਮੀਟ ਅਤੇ ਕੁਝ ਹੋਰ ਚੀਜ਼ਾਂ ਖ਼ਰੀਦਣ ਆਇਆ ਹੈ।

ਅਭਿਆਸ (Exercise)

1. ਹੇਠ ਲਿਖੇ ਪ੍ਰਸ਼ਨਾਂ ਦੇ ਉੱਤਰ ਲਿਖੋ :

   1) ਮਿਸਿਜ਼ ਜੋਨਜ਼ ਕਿੱਥੇ ਪਹੁੰਚ ਗਈ ਹੈ ?

   2) ਮਿਸਿਜ਼ ਜੋਨਜ਼ ਬਜ਼ਾਰ ਵਿੱਚ ਕੀ ਖ਼ਰੀਦਣ ਗਈ ਹੈ ?

   3) ਟੋਨੀ ਕਿੱਥੇ ਹੈ ?

   4) ਮਿਸਿਜ਼ ਜੋਨਜ਼ ਬਜ਼ਾਰ ਨੂੰ ਤੁਰ ਕੇ ਕਿਉਂ ਜਾਣਾ ਚਾਹੁੰਦੀ ਹੈ ?

   5) ਬਜ਼ਾਰ ਵਿੱਚ ਮਿਸਿਜ਼ ਜੋਨਜ਼ ਨੂੰ ਹੋਰ ਕੌਣ ਮਿਲਦਾ ਹੈ ?

2. ਖ਼ਾਲੀ ਥਾਵਾਂ ਭਰੋ :

   1) ਉਸ ਦਾ..............ਜੈਕ ਵੀ ਉਸ ਦੇ ਨਾਲ ਹੈ।

   2) ਮਿਸਿਜ਼ ਜੋਨਜ਼ ਨੇ..............ਅਤੇ ਕੁਝ..............ਖ਼ਰੀਦਣੇ ਹਨ।

   3) ਜੈਕ ਵੀ..............ਨੂੰ ਤੁਰ ਕੇ ਜਾਣ ਨਾਲ ਬਹੁਤ.............. ਹੁੰਦਾ ਹੈ।

4) ਫਲਾਂ ਦੀ ਦੁਕਾਨ ਵਾਲੇ ਨੇ ਸਾਰੇ.............ਬੜੇ ਸਜਾ ਕੇ ਰੱਖੇ ਹੋਏ ਹਨ।

5) ਮਿਸਟਰ ਸਮਿੱਥ ਵੀ.........................ਤੋਂ ਮੀਟ ਅਤੇ ਕੁਝ ਹੋਰ.....................ਖ਼ਰੀਦਣ ਆਇਆ ਹੈ।

3. ਮਿਸਿਜ਼ ਜੋਨਜ਼ ਬਾਰੇ ਕੋਈ ਚਾਰ ਵਾਕ ਆਪਣੇ ਸ਼ਬਦਾਂ ਵਿੱਚ ਲਿਖੋ।

Answer the following questions in English :

1. Where is Mrs. Jones going to buy?
2. What fruit can you buy from the fruit shop?
3. Why does Mrs. Jones like to walk to the market?
4. Who meets Mrs. Jones in the market?
5. Why did Mr. Smith come to the market?

ਜਸਵੀਰ

1. ਮੈਂ ਇੱਕ ਕੁੜੀ ਹਾਂ ਅਤੇ ਮੇਰਾ ਨਾਮ ਜਸਵੀਰ ਹੈ।
2. ਮੇਰਾ ਕੱਦ 4 ਫੁੱਟ 6 ਇੰਚ ਹੈ।
3. ਮੇਰੇ ਵਾਲ ਕਾਲੇ ਅਤੇ ਅੱਖਾਂ ਨੀਲੀਆਂ ਹਨ।
4. ਮੇਰਾ ਜਨਮ 15 ਫ਼ਰਵਰੀ 1972 ਨੂੰ ਹੋਇਆ ਸੀ।
5. ਮੈਂ ਸਿਡਨੀ ਸਟਰਿੰਗਰ ਸਕੂਲ ਕਾਵੈਂਟਰੀ ਵਿੱਚ ਪੜ੍ਹਦੀ ਹਾਂ।
6. ਮੇਰੀ ਛੋਟੀ ਭੈਣ ਦਾ ਨਾਂ ਲਖਬੀਰ ਹੈ। ਉਹ ਵੀ ਸਿਡਨੀ ਸਟਰਿੰਗਰ ਸਕੂਲ ਵਿੱਚ ਪੜ੍ਹਦੀ ਹੈ।
7. ਮੇਰਾ ਇੱਕ ਭਰਾ ਹੈ। ਉਸ ਦਾ ਨਾਂ ਆਰਬਿੰਦਰ ਹੈ। ਉਹ ਉਮਰ ਵਿੱਚ ਮੇਰੇ ਨਾਲੋਂ ਵੱਡਾ ਹੈ। ਉਹ ਸਟੋਕ ਪਾਰਕ ਸਕੂਲ ਵਿੱਚ ਪੜ੍ਹਦਾ ਹੈ।
8. ਮੈਂ ਨੈੱਟਬਾਲ ਖੇਡਣਾ ਬਹੁਤ ਪਸੰਦ ਕਰਦੀ ਹਾਂ ਅਤੇ ਹਰ ਰੋਜ਼ ਸ਼ਾਮ ਨੂੰ ਇੱਕ ਘੰਟਾ ਨੈੱਟਬਾਲ ਖੇਡਦੀ ਹਾਂ।
9. ਸਾਡੇ ਮਾਤਾ ਪਿਤਾ ਸਾਡੇ ਸਾਰਿਆਂ ਨਾਲ ਬਹੁਤ ਪਿਆਰ ਕਰਦੇ ਹਨ।
10. ਮੈਂ ਵੱਡੀ ਹੋ ਕੇ ਟੀਚਰ ਬਣਨਾ ਚਾਹੁੰਦੀ ਹਾਂ।

ਅਭਿਆਸ (Exercise)

1. ਆਪਣੀ ਕਾਪੀ ਵਿੱਚ ਜਸਵੀਰ ਦੀ ਤਰ੍ਹਾਂ ਦਸ ਵਾਕ (Sentences) ਲਿਖੋ ਪਰ ਇਹ ਵਾਕ ਤੁਸੀਂ ਆਪਣੇ ਆਪ ਤੇ ਉਪਰਲੀ ਸੂਚਨਾ (information) ਨੂੰ ਬਦਲ ਕੇ ਲਿਖੋ।

2. ਹੇਠ ਲਿਖੇ ਪ੍ਰਸ਼ਨਾਂ ਦੇ ਉੱਤਰ ਲਿਖੋ :

   1) ਜਸਵੀਰ ਦੇ ਕਿੰਨੇ ਭੈਣ ਭਰਾ ਹਨ ?

   2) ਜਸਵੀਰ ਦੇ ਭਰਾ ਦਾ ਕੀ ਨਾਂ ਹੈ ?

   3) ਜਸਵੀਰ ਦੀ ਭੈਣ ਦਾ ਕੀ ਨਾਂ ਹੈ ?

   4) ਜਸਵੀਰ ਦੀ ਉਮਰ ਕਿੰਨੇ ਸਾਲ ਹੈ ?

   5) ਜਸਵੀਰ ਕਿਹੜੀ ਖੇਡ ਖੇਡਣਾ ਪਸੰਦ ਕਰਦੀ ਹੈ ?

   6) ਜਸਵੀਰ ਦਾ ਕੱਦ ਕਿੰਨਾ ਹੈ ?

   7) ਜਸਵੀਰ ਕੀ ਬਣਨਾ ਚਾਹੁੰਦੀ ਹੈ ?

   8) ਜਸਵੀਰ ਦਾ ਜਨਮ ਦਿਨ ਕਦੋਂ ਸੀ ?

   9) ਆਰਬਿੰਦਰ ਕਿਹੜੇ ਸਕੂਲ ਵਿੱਚ ਪੜ੍ਹਦਾ ਹੈ ?

Answer the following questions in English :

1. What is Jasvir's height?

2. When was Jasvir born?

3. Which school does she go to?

4. What is the name of Jasvir's younger sister?

5. What game does she like to play?

6. What is the name of Jasvir's brother?

7. Which school does Arbinder go to?

8. When does Jasvir play netball?

ਸਰੀਰ ਦੇ ਅੰਗ

ਸਾਡਾ ਸਰੀਰ ਕਈ ਅੰਗਾਂ ਨੂੰ ਮਿਲਾ ਕੇ ਬਣਿਆ ਹੈ ਜਿਵੇਂ ਕਿ ਸਿਰ, ਮੂੰਹ, ਅੱਖਾਂ, ਨੱਕ, ਕੰਨ, ਗਰਦਨ, ਬਾਹਾਂ, ਪੇਟ, ਲੱਤਾਂ, ਹੱਥ, ਪੈਰ, ਜੀਭ, ਆਦਿ। ਹਰ ਅੰਗ ਦਾ ਆਪਣਾ ਆਪਣਾ ਕੰਮ ਹੁੰਦਾ ਹੈ।

ਅਸੀਂ ਆਪਣੀਆਂ ਅੱਖਾਂ ਨਾਲ ਦੇਖਦੇ ਹਾਂ। ਹੱਥਾਂ ਨਾਲ ਕਈ ਪ੍ਰਕਾਰ ਦੇ ਕੰਮ ਕਰਦੇ ਹਾਂ। ਮੂੰਹ ਨਾਲ ਖਾਂਦੇ ਹਾਂ। ਪੈਰਾਂ ਨਾਲ ਤੁਰਨ ਫਿਰਨ ਦਾ ਕੰਮ ਕਰਦੇ ਹਾਂ। ਕੰਨਾਂ ਨਾਲ ਸੁਣਦੇ ਹਾਂ। ਨੱਕ ਨਾਲ ਸੁੰਘਦੇ ਹਾਂ। ਜੀਭ ਨਾਲ ਚੱਖਣ ਜਾਂ ਸੁਆਦ ਲੈਣ ਅਤੇ ਦਿਮਾਗ਼ ਤੋਂ ਸੋਚਣ ਦਾ ਕੰਮ ਲੈਂਦੇ ਹਾਂ।

ਸਰੀਰ ਲਈ ਇਹ ਬਹੁਤ ਜ਼ਰੂਰੀ ਹੈ ਕਿ ਇਸ ਦਾ ਹਰ ਇੱਕ ਅੰਗ ਠੀਕ ਤਰ੍ਹਾਂ ਕੰਮ ਕਰੇ। ਜੇ ਸਾਰਿਆਂ ਅੰਗਾਂ ਵਿੱਚੋਂ ਕੋਈ ਇੱਕ ਅੰਗ ਵੀ ਚੰਗੀ ਤਰ੍ਹਾਂ ਕੰਮ ਕਰਨ ਤੋਂ ਹਟ ਜਾਏ ਤਾਂ ਸਰੀਰ ਕੰਮ ਕਰਨ ਤੋਂ ਅਯੋਗ ਬਣ ਜਾਂਦਾ ਹੈ। ਇਸ ਲਈ ਸਾਨੂੰ ਆਪਣੇ ਸਰੀਰ ਦੇ ਹਰੇਕ ਅੰਗ ਦੀ ਪੂਰੀ ਪੂਰੀ ਦੇਖ ਭਾਲ ਕਰਨੀ ਚਾਹੀਦੀ ਹੈ। ਸਾਰੇ ਸਰੀਰ ਦੀ ਸਫ਼ਾਈ ਰੱਖਣਾ

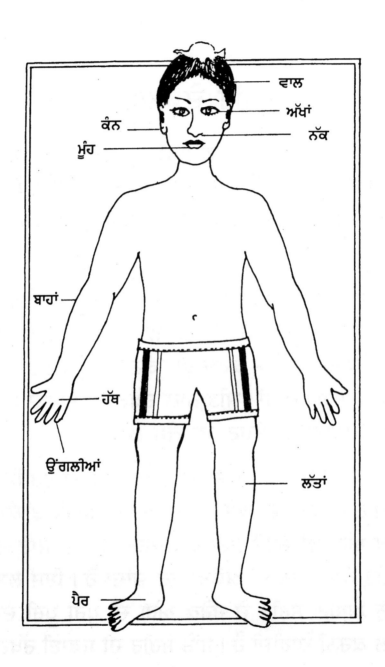

ਵਾਲ

ਅੱਖਾਂ

ਕੰਨ

ਨੱਕ

ਮੂੰਹ

ਬਾਹਾਂ

ਹੱਥ

ਉਂਗਲੀਆਂ

ਲੱਤਾਂ

ਪੈਰ

26

ਬਹੁਤ ਜ਼ਰੂਰੀ ਹੈ ਤਾਂ ਕਿ ਸਰੀਰ ਨੂੰ ਕਈ ਬੀਮਾਰੀਆਂ ਤੋਂ ਬਚਾਇਆ ਜਾ ਸਕੇ। ਕਸਰਤ ਕਰਨ ਨਾਲ ਵੀ ਸਰੀਰ ਨੂੰ ਕਈ ਬੀਮਾਰੀਆਂ ਤੋਂ ਬਚਾਇਆ ਜਾ ਸਕਦਾ ਹੈ।

ਅਭਿਆਸ (Exercise)

1. ਹੇਠ ਲਿਖੇ ਪ੍ਰਸ਼ਨਾਂ ਦੇ ਉੱਤਰ ਲਿਖੋ :

   ੳ) ਅੱਖਾਂ ਨਾਲ ਅਸੀਂ ਕੀ ਕੰਮ ਕਰਦੇ ਹਾਂ ?

   ਅ) ਕੰਨਾਂ ਨਾਲ ਅਸੀਂ ਕੀ ਕਰਦੇ ਹਾਂ ?

   ੲ) ਜੇ ਸਰੀਰ ਦਾ ਇੱਕ ਅੰਗ ਵੀ ਕੰਮ ਕਰਨ ਤੋਂ ਹਟ ਜਾਏ ਤਾਂ ਕੀ ਹੋ ਜਾਂਦਾ ਹੈ ?

   ਸ) ਸਰੀਰ ਨੂੰ ਬੀਮਾਰੀਆਂ ਤੋਂ ਬਚਾਉਣ ਲਈ ਕੀ ਕਰਨਾ ਚਾਹੀਦਾ ਹੈ ?

   ਹ) ਅਸੀਂ ਪੈਰਾਂ ਨਾਲ ਕੀ ਕਰਦੇ ਹਾਂ ?

2. ਖ਼ਾਲੀ ਥਾਵਾਂ ਭਰੋ :

   ੳ) ਅਸੀਂ ਨੱਕ ਨਾਲ...............ਹਾਂ।

   ਅ) ....ਨਾਲ ਸੋਚਦੇ ਹਾਂ।

   ੲ) ਮੂੰਹ ਨਾਲ...............ਹਾਂ।

   ਸ) ....ਨਾਲ ਕਈ ਪ੍ਰਕਾਰ ਦਾ ਕੰਮ ਕਰਦੇ ਹਾਂ।

   ਹ) ਜੀਭ ਨਾਲ...............ਲੈਣ ਦਾ ਕੰਮ ਕਰਦੇ ਹਾਂ।

3. ਠੀਕ ਵਾਕਾਂ ਦੇ ਅੱਗੇ (✓) ਅਤੇ ਗ਼ਲਤ ਵਾਕਾਂ ਦੇ ਅੱਗੇ (x) ਦੇ ਚਿੰਨ੍ਹ ਲਾਓ :

ੳ) ਪੈਰਾਂ ਨਾਲ ਅਸੀਂ ਸੁਣਦੇ ਹਾਂ।

ਅ) ਦਿਮਾਗ਼ ਨਾਲ ਅਸੀਂ ਦੇਖਦੇ ਹਾਂ।

ੲ) ਮੂੰਹ ਨਾਲ ਅਸੀਂ ਖਾਂਦੇ ਹਾਂ।

ਸ) ਬਿਮਾਰੀਆਂ ਤੋਂ ਬਚਣ ਲਈ ਸਰੀਰ ਦੀ ਸਫ਼ਾਈ ਰੱਖਣੀ ਬਹੁਤ ਜ਼ਰੂਰੀ ਹੈ।

ਹ) ਨੱਕ ਨਾਲ ਅਸੀਂ ਸੋਚਦੇ ਹਾਂ।

4. ਹੇਠ ਲਿਖਿਆਂ ਸ਼ਬਦਾਂ ਨੂੰ ਆਪਣੇ ਵਾਕਾਂ ਵਿੱਚ ਵਰਤੋ :

1. ਬੀਮਾਰੀ 2. ਸੁਆਦ
3. ਪ੍ਰਕਾਰ 4. ਸਫ਼ਾਈ
5. ਸਰੀਰ 6. ਕੰਮ
7. ਅੰਗ 8. ਦੇਖ ਭਾਲ
9. ਅਯੋਗ 10. ਯੋਗ

5. ਆਪਣੀ ਕਾਪੀ ਵਿੱਚ ਲਿਖੋ :

ਇੱਕ-ਵਚਨ	ਬਹੁ-ਵਚਨ
ਸਰੀਰ	ਸਰੀਰਾਂ
ਅੰਗ	ਅੰਗਾਂ
ਮੂੰਹ	ਮੂੰਹਾਂ
ਅੱਖ	ਅੱਖਾਂ
ਨੱਕ	ਨੱਕਾਂ

ਸੁਆਦ	ਸੁਆਦਾਂ
ਕੰਮ	ਕੰਮਾਂ
ਕਸਰਤ	ਕਸਰਤਾਂ
ਲੱਤ	ਲੱਤਾਂ
ਜੀਭ	ਜੀਭਾਂ
ਗਰਦਨ	ਗਰਦਨਾਂ
ਬਾਂਹ	ਬਾਹਾਂ
ਸੁਣਦਾ	ਸੁਣਦੇ
ਸੁੰਘਦਾ	ਸੁੰਘਦੇ
ਆਪਣਾ	ਆਪਣੇ
ਚੱਖਦਾ	ਚੱਖਦੇ
ਰੱਖਣਾ	ਰੱਖਣੇ
ਦਿਮਾ.ਗ	ਦਿਮਾ.ਗਾਂ
ਪੇਟ	ਪੇਟਾਂ
ਪੈਰ	ਪੈਰਾਂ
ਹੱਥ	ਹੱਥਾਂ
ਕੰਨ	ਕੰਨਾਂ
ਸੋਚਦਾ	ਸੋਚਦੇ

Answer the following questions in English :

1. What do we do with our eyes?

2. What do we do with our hands?

3. What happens if any one part of our body stops working?

4. Why do people take exercise?

5. Name the different parts of the body.

ਲਾਲਚੀ ਕੁੱਤਾ

ਇੱਕ ਕੁੱਤਾ ਸੀ। ਉਹ ਬਹੁਤ ਭੁੱਖਾ ਸੀ। ਉਹ ਇੱਧਰ ਉੱਧਰ ਭੋਜਨ ਲਈ ਗਿਆ ਪਰ ਉਸਨੂੰ ਕੁਝ ਵੀ ਨਾ ਮਿਲਿਆ। ਉਹ ਇੱਕ ਬੁੱਚੜ ਦੀ ਦੁਕਾਨ ਉਤੇ ਪਹੁੰਚਿਆ। ਉੱਥੇ ਉਸ ਨੂੰ ਇੱਕ ਮਾਸ ਦਾ ਟੁਕੜਾ ਮਿਲਿਆ।

ਕੁੱਤਾ ਮਾਸ ਦਾ ਟੁਕੜਾ ਚੋਰੀ ਕਰਕੇ ਦੌੜ ਗਿਆ। ਉਹ ਮਾਸ ਦਾ ਟੁਕੜਾ ਕਿਸੇ ਇਕੱਲੀ ਥਾਂ ਉੱਤੇ ਖਾਣਾ ਚਾਹੁੰਦਾ ਸੀ।

ਰਸਤੇ ਵਿੱਚ ਉਹ ਇੱਕ ਦਰਿਆ ਦੇ ਪੁਲ ਉੱਤੇ ਪੁੱਜਿਆ। ਉਸ ਨੇ ਪਾਣੀ ਵਿੱਚ ਆਪਣਾ ਪਰਛਾਵਾਂ ਦੇਖਿਆ। ਪਾਣੀ ਵਿੱਚ ਉਸ ਨੂੰ ਇੱਕ ਹੋਰ ਕੁੱਤਾ ਨਜ਼ਰ ਆਇਆ। ਉਸ ਦੇ ਮੂੰਹ ਵਿੱਚ ਵੀ ਮਾਸ ਦਾ ਟੁਕੜਾ ਸੀ।

ਭੁੱਖੇ ਤੇ ਲਾਲਚੀ ਕੁੱਤੇ ਨੇ ਉਹ ਟੁਕੜਾ ਵੀ ਲੈਣਾ ਚਾਹਿਆ। ਉਸ ਨੇ ਭੌਂਕਣਾ ਸ਼ੁਰੂ ਕੀਤਾ। ਉਸ ਦੇ ਮੂੰਹ ਵਿੱਚ ਦਾ ਟੁਕੜਾ ਵੀ ਪਾਣੀ ਵਿੱਚ ਜਾ ਡਿੱਗਿਆ। ਉਹ ਬਹੁਤ ਉਦਾਸ ਹੋਇਆ। ਇਸ ਤਰ੍ਹਾਂ ਕੁੱਤਾ ਭੁੱਖਾ ਹੀ ਰਹਿ ਗਿਆ।

ਅਭਿਆਸ (Exercise)

1. ਇਸ ਕਹਾਣੀ ਨੂੰ ਜ਼ਬਾਨੀ ਸੁਣਾਓ।

2. ਹੇਠ ਲਿਖੇ ਪ੍ਰਸ਼ਨਾਂ ਦੇ ਉੱਤਰ ਦਿਓ।

   1) ਬੁੱਚੜ ਦੀ ਦੁਕਾਨ ਤੇ ਕੁੱਤੇ ਨੂੰ ਕੀ ਮਿਲਿਆ ?

   2) ਕੁੱਤਾ ਮਾਸ ਦਾ ਟੁਕੜਾ ਕਿੱਥੇ ਖਾਣਾ ਚਾਹੁੰਦਾ ਸੀ ?

   3) ਕੁੱਤੇ ਨੇ ਪਾਣੀ ਵਿੱਚ ਕੀ ਦੇਖਿਆ ?

   4) ਕੁੱਤੇ ਨੇ ਭੌਂਕਣਾ ਕਿਉਂ ਸ਼ੁਰੂ ਕੀਤਾ ?

   5) ਉਸਦਾ ਆਪਣਾ ਮਾਸ ਦਾ ਟੁਕੜਾ ਕਿੱਥੇ ਗਿਆ ?

3. ਖ਼ਾਲੀ ਥਾਵਾਂ ਭਰੋ :

   ੳ) ਇੱਕ...............ਬਹੁਤ ਭੁੱਖਾ ਸੀ।

   ਅ) ਉਹ ਇੱਕ ਬੁੱਚੜ ਦੀ...............ਉੱਤੇ ਪਹੁੰਚਿਆ।

   ੲ) ਉਥੇ ਉਸ ਨੂੰ ਇੱਕ ਮਾਸ ਦਾ...............ਮਿਲਿਆ।

   ਸ) ਉਸ ਨੇ ਪਾਣੀ ਵਿੱਚ ਆਪਣਾ...............ਦੇਖਿਆ।

   ਹ) ਭੁੱਖੇ ਤੇ...............ਕੁੱਤੇ ਨੇ ਉਹ...............ਵੀ ਲੈਣਾ ਚਾਹਿਆ।

4. ਹੇਠ ਲਿਖਿਆਂ ਸ਼ਬਦਾਂ ਨੂੰ ਆਪਣੇ ਵਾਕਾਂ ਵਿੱਚ ਵਰਤੋ :

   1. ਭੁੱਖਾ   2. ਭੋਜਨ

   3. ਟੁਕੜਾ   4. ਦੌੜ

   5. ਖਾਣਾ   6. ਦਰਿਆ

   7. ਪੁਲ   8. ਪਾਣੀ

   9. ਪਰਛਾਵਾਂ   10. ਉਦਾਸ

Answer the following questions in English :

1. What did the dog get from the butcher's shop?

2. Where did the dog want to eat the piece of meat?

3. What did the dog see in the water?

4. Why did the dog start to bark?

5. What happened to his own piece of meat?

ਡਾਕੀਆ

ਇਹ ਡਾਕੀਏ ਦੀ ਤਸਵੀਰ ਹੈ। ਇਸ ਦਾ ਨਾਂ ਮਾਈਕਲ ਹੈ। ਇਸ ਨੂੰ ਸਵੇਰੇ ਬਹੁਤ ਛੇਤੀ ਉੱਠਣਾ ਪੈਂਦਾ ਹੈ। ਇਸ ਦਾ ਕੰਮ ਬਹੁਤ ਔਖਾ ਹੁੰਦਾ ਹੈ। ਇਹ ਸਾਨੂੰ ਚਿੱਠੀਆਂ, ਪਾਰਸਲ ਅਤੇ ਤੋਹਫ਼ੇ ਲਿਆ ਕੇ ਦਿੰਦਾ ਹੈ।

ਵੱਡਿਆਂ ਸ਼ਹਿਰਾਂ ਵਿੱਚ ਬਹੁਤ ਸਾਰੇ ਡਾਕੀਏ ਹੁੰਦੇ ਹਨ ਕਿਉਂਕਿ ਇੱਕ ਡਾਕੀਏ ਵਾਸਤੇ ਸਾਰੇ ਸ਼ਹਿਰ ਵਿੱਚ ਚਿੱਠੀਆਂ ਵੰਡਣਾ ਬਹੁਤ ਔਖਾ ਹੁੰਦਾ ਹੈ। ਇਹ ਆਪਸ ਵਿੱਚ ਸੜਕਾਂ ਵੰਡ ਲੈਂਦੇ ਹਨ ਕਿ ਕਿਸ ਸੜਕ ਉੱਤੇ ਕਿਸ ਡਾਕੀਏ ਨੇ ਚਿੱਠੀਆਂ ਵੰਡਣੀਆਂ ਹਨ।

ਸਭ ਤੋਂ ਪਹਿਲਾਂ ਡਾਕੀਆ ਹੈਡਪੋਸਟ ਆਫ਼ਿਸ ਜਾਂਦਾ ਹੈ ਅਤੇ ਉਥੋਂ ਆਪਣੀਆਂ ਸੜਕਾਂ ਵਾਲੀਆਂ ਚਿੱਠੀਆਂ ਇੱਕ ਵੱਡੇ ਬੈਗ ਵਿੱਚ ਪਾ ਕੇ ਲਿਆਉਂਦਾ ਹੈ। ਫੇਰ ਚਿੱਠੀਆਂ ਨੂੰ ਸੜਕ ਦੇ ਨੰਬਰਾਂ ਅਨੁਸਾਰ ਛਾਂਟਦਾ ਹੈ ਅਤੇ ਜਿਸ ਦੀ ਚਿੱਠੀ ਹੋਵੇ ਉਸ ਦੇ ਘਰ ਦੇ ਦਰਵਾਜ਼ੇ ਦੀ ਮੋਰੀ ਵਿੱਚੋਂ ਸੁੱਟ ਦਿੰਦਾ ਹੈ।

ਡਾਕੀਏ ਦੀ ਨੌਕਰੀ ਬਹੁਤ ਔਖੀ ਹੈ। ਉਸ ਨੂੰ ਮੀਂਹ ਅਤੇ

ਸਣੋ ਵਿੱਚ ਵੀ ਚਿੱਠੀਆਂ ਵੰਡਣੀਆਂ ਪੈਂਦੀਆਂ ਹਨ। ਉਸ ਨੂੰ ਬਹੁਤ ਭਾਰਾ ਚਿੱਠੀਆਂ ਨਾਲ ਭਰਿਆ ਹੋਇਆ ਥੈਲਾ ਚੁੱਕਣਾ ਪੈਂਦਾ ਹੈ ਅਤੇ ਭਾਰ ਨਾਲ ਉਸ ਦੇ ਮੋਢੇ ਥੱਕ ਜਾਂਦੇ ਹਨ।

ਕ੍ਰਿਸਮਿਸ ਦੀਆਂ ਛੁੱਟੀਆਂ ਤੋਂ ਕੁਝ ਦਿਨ ਪਹਿਲਾਂ ਉਸ ਨੂੰ ਕਈ ਵਾਰ ਡਾਕ ਵੰਡਣੀ ਪੈਂਦੀ ਹੈ। ਲੋਕੀਂ ਆਪਣੇ ਰਿਸ਼ਤੇਦਾਰਾਂ, ਮਿੱਤਰਾਂ ਅਤੇ ਘਰਦਿਆਂ ਨੂੰ ਕ੍ਰਿਸਮਿਸ ਕਾਰਡ ਅਤੇ ਤੋਹ.ਫ਼ੇ ਭੇਜਦੇ ਹਨ। ਇਹ ਕਾਰਡ ਅਤੇ ਤੋਹ.ਫ਼ੇ ਡਾਕੀਆ ਹੀ ਵੰਡਦਾ ਹੈ।

ਇਸ ਲਈ ਡਾਕੀਆ ਸਾਡੇ ਲਈ ਬਹੁਤ ਲਾਭਦਾਇਕ ਹੈ। ਉਸ ਵਿਚਾਰੇ ਨੂੰ ਕੇਵਲ ਐਤਵਾਰ ਦੀ ਹੀ ਛੁੱਟੀ ਹੁੰਦੀ ਹੈ ਅਤੇ ਹ.ਫ਼ਤੇ ਵਿਚ ਛੇ ਦਿਨ ਕੰਮ ਕਰਨਾ ਪੈਂਦਾ ਹੈ।

ਅਭਿਆਸ (Exercise)

1. ਉੱਪਰ ਲਿਖੀ ਵਾਰਤਾ ਨੂੰ ਧਿਆਨ ਨਾਲ ਪੜ੍ਹੋ ਅਤੇ ਹੇਠ ਲਿਖੇ ਪ੍ਰਸ਼ਨਾਂ ਦੇ ਉੱਤਰ ਲਿਖੋ :

   ੳ) ਡਾਕੀਏ ਦਾ ਕੀ ਨਾਂ ਹੈ ?

   ਅ) ਡਾਕੀਆ ਸਾਡੇ ਵਾਸਤੇ ਕੀ ਲੈ ਕੇ ਆਉਂਦਾ ਹੈ ?

   ੲ) ਵੱਡੇ ਸ਼ਹਿਰਾਂ ਵਿੱਚ ਬਹੁਤੇ ਡਾਕੀਏ ਕਿਉਂ ਹੁੰਦੇ ਹਨ ?

ਸ) ਸ਼ਹਿਰਾਂ ਵਿੱਚ ਡਾਕੀਏ ਆਪਸ ਵਿੱਚ ਕੰਮ ਕਿਸ ਤਰ੍ਹਾਂ ਵੰਡਦੇ ਹਨ ?

ਹ) ਡਾਕੀਆ ਸਭ ਤੋਂ ਪਹਿਲਾਂ ਹੈਡਪੋਸਟ ਆਫ਼ਿਸ ਕਿਉਂ ਜਾਂਦਾ ਹੈ ?

ਕ) ਡਾਕੀਏ ਨੂੰ ਹਫ਼ਤੇ ਵਿੱਚ ਕਿੰਨੇ ਦਿਨ ਕੰਮ ਕਰਨਾ ਪੈਂਦਾ ਹੈ ਅਤੇ ਉਸ ਨੂੰ ਕਿਸ ਦਿਨ ਦੀ ਛੁੱਟੀ ਹੁੰਦੀ ਹੈ।

ਖ) ਇਹ ਦੱਸਣ ਲਈ ਕਿ ਉਸ ਦਾ ਕੰਮ ਔਖਾ ਹੈ, ਘੱਟੋ ਘੱਟ ਚਾਰ ਵਾਕ ਆਪਣੇ ਸ਼ਬਦਾਂ ਵਿੱਚ ਲਿਖੋ।

ਗ) ਡਾਕੀਆ ਸਾਡੇ ਲਈ ਕਿਉਂ ਲਾਭਦਾਇਕ ਹੈ ?

Answer the following questions in English :

1. What is the name of the postman ?

2. What does the postman bring for us ?

3. Why do big cities have lots of postmen ?

4. How do the postmen distribute work among themselves in cities ?

5. Why does the postman go to the Head Post Office first of all ?

ਗੁਰਦਵਾਰਾ

ਸਨਦੀਪ : ਇਹ ਸਾਹਮਣੇ ਕੀ ਹੈ ? ਬਹੁਤ ਵੱਡੀ
ਇਮਾਰਤ ਹੈ।

ਮਨਦੀਪ : ਇਹ ਗੁਰਦਵਾਰਾ ਹੈ।

ਸਨਦੀਪ : ਗੁਰਦਵਾਰਾ ਕੀ ਹੁੰਦਾ ਹੈ ?

ਮਨਦੀਪ : ਤੈਨੂੰ ਇਹ ਵੀ ਪਤਾ ਨਹੀਂ ? ਇਹ ਸਿੱਖਾਂ ਦਾ
ਧਾਰਮਿਕ ਅਸਥਾਨ ਹੁੰਦਾ ਹੈ।

ਸਨਦੀਪ : ਗੁਰਦਵਾਰੇ ਵਿੱਚ ਲੋਕ ਕੀ ਕਰਦੇ ਹਨ ?

ਮਨਦੀਪ : ਗੁਰਦਵਾਰੇ ਵਿੱਚ ਲੋਕ ਸਿੱਖਾਂ ਦੀ ਧਾਰਮਿਕ
ਕਿਤਾਬ ਵਿੱਚੋਂ ਪਾਠ ਅਤੇ ਕੀਰਤਨ ਸੁਣਦੇ
ਹਨ।

ਸਨਦੀਪ : ਸਿੱਖਾਂ ਦੀ ਧਾਰਮਿਕ ਕਿਤਾਬ ਦਾ ਨਾਂ ਕੀ ਹੈ ?

ਮਨਦੀਪ : ਸਿੱਖਾਂ ਦੀ ਧਾਰਮਿਕ ਕਿਤਾਬ ਦਾ ਨਾਂ ਸ੍ਰੀ ਗੁਰੂ
ਗ੍ਰੰਥ ਸਾਹਿਬ ਹੈ। ਸਾਰੇ ਸਿਖ ਸ੍ਰੀ ਗੁਰੂ ਗ੍ਰੰਥ
ਸਾਹਿਬ ਦਾ ਬਹੁਤ ਸਨਮਾਨ ਕਰਦੇ ਹਨ।

SIKH TEMPLE

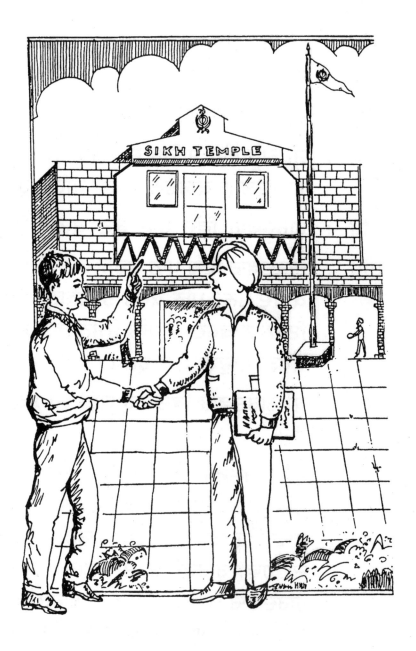

ਸਨਦੀਪ : ਪਾਠ ਕੀ ਹੁੰਦਾ ਹੈ ?

ਮਨਦੀਪ : ਸ੍ਰੀ ਗੁਰੂ ਗ੍ਰੰਥ ਸਾਹਿਬ ਪੜ੍ਹਨ ਨੂੰ ਪਾਠ ਕਰਨਾ ਕਹਿੰਦੇ ਹਨ।

ਸਨਦੀਪ : ਕੀਰਤਨ ਕੀ ਹੁੰਦਾ ਹੈ ?

ਮਨਦੀਪ : ਸ੍ਰੀ ਗੁਰੂ ਗ੍ਰੰਥ ਸਾਹਿਬ ਦੇ ਸਲੋਕਾਂ ਨੂੰ ਗਾ ਕੇ ਸੁਨਾਉਣ ਨੂੰ ਕੀਰਤਨ ਕਰਨਾ ਕਹਿੰਦੇ ਹਨ।

ਸਨਦੀਪ : ਗੁਰਦਵਾਰੇ ਵਿੱਚ ਪਾਠ ਕੌਣ ਕਰਦਾ ਹੈ ?

ਮਨਦੀਪ : ਗੁਰਦਵਾਰੇ ਵਿੱਚ ਪਾਠ ਕਰਨ ਵਾਲੇ ਨੂੰ ਪਾਠੀ ਕਹਿੰਦੇ ਹਨ। ਪਾਠ ਕਰਨ ਤੋਂ ਪਹਿਲਾਂ ਪਾਠੀ ਇਸ਼ਨਾਨ ਕਰਦਾ ਹੈ ਅਤੇ ਉਸਨੂੰ ਸਾਫ਼ ਸੁਥਰੇ ਕੱਪੜੇ ਪਾਉਣੇ ਪੈਂਦੇ ਹਨ।

ਸਨਦੀਪ : ਕੀ ਗੁਰਦਵਾਰੇ ਵਿੱਚ ਹਰ ਕੋਈ ਆ ਸਕਦਾ ਹੈ ?

ਮਨਦੀਪ : ਹਾਂ, ਗੁਰਦਵਾਰੇ ਵਿੱਚ ਕਿਸੇ ਨੂੰ ਵੀ ਜਾਣ ਤੋਂ ਰੋਕਿਆ ਨਹੀਂ ਜਾਂਦਾ। ਹਰ ਇਸਤਰੀ ਪੁਰਸ਼ ਭਾਵੇਂ ਉਹ ਕਿਸੇ ਵੀ ਧਰਮ, ਪਾਰਟੀ ਜਾਂ ਰੰਗ ਦਾ ਹੋਵੇ, ਗੁਰਦਵਾਰੇ ਜਾ ਸਕਦਾ ਹੈ ਪਰ ਗੁਰਦਵਾਰੇ ਦੇ ਅੰਦਰ ਜਾਣ ਤੋਂ ਪਹਿਲਾਂ ਕੁਝ ਗੱਲਾਂ ਦਾ ਖ਼ਾਸ ਧਿਆਨ ਰੱਖਣਾ ਪੈਂਦਾ ਹੈ।

ਸਨਦੀਪ : ਗੁਰਦਵਾਰੇ ਜਾਣ ਤੋਂ ਪਹਿਲਾਂ ਕੀ ਕਰਨਾ ਚਾਹੀਦਾ ਹੈ ?

ਮਨਦੀਪ : ਗੁਰਦਵਾਰੇ ਜਾਣ ਤੋਂ ਪਹਿਲਾਂ ਹੇਠ ਲਿਖੀਆਂ ਗੱਲਾਂ ਵੱਲ ਧਿਆਨ ਦੇਣਾ ਚਾਹੀਦਾ ਹੈ :

1) ਆਪਣਾ ਸਿਰ ਕਿਸੇ ਰੁਮਾਲ ਨਾਲ ਢੱਕ ਲੈਣਾ ਚਾਹੀਦਾ ਹੈ। ਜੇ ਤੁਸੀਂ ਪੱਗੜੀ ਬੰਨ੍ਹੀ ਹੈ ਜਾਂ ਚੁੰਨੀ ਲਈ ਹੋਈ ਹੈ ਤਾਂ ਠੀਕ ਹੈ।

2) ਤੁਹਾਡੇ ਪਾਸ ਕੋਈ ਤੰਬਾਕੂ ਵਾਲੀ ਚੀਜ਼ ਸਿਗਰਟ ਆਦਿ ਨਹੀਂ ਹੋਣੀ ਚਾਹੀਦੀ।

3) ਆਪਣੀ ਜੁੱਤੀ ਖੋਲ੍ਹ ਕੇ ਬਾਹਰ ਰੱਖਣੀ ਚਾਹੀਦੀ ਹੈ।

4) ਬੀਅਰ ਜਾਂ ਸ਼ਰਾਬ ਪੀ ਕੇ ਗੁਰਦਵਾਰੇ ਵਿੱਚ ਨਹੀਂ ਜਾਣਾ ਚਾਹੀਦਾ।

ਸਨਦੀਪ : ਗੁਰਦਵਾਰੇ ਦੇ ਅੰਦਰ ਜਾ ਕੇ ਕੀ ਕਰਨਾ ਚਾਹੀਦਾ ਹੈ ?

ਮਨਦੀਪ : ਗੁਰਦਵਾਰੇ ਦੇ ਅੰਦਰ ਜਾ ਕੇ ਸ੍ਰੀ ਗੁਰੂ ਗ੍ਰੰਥ ਸਾਹਿਬ ਦੇ ਅੱਗੇ ਮੱਥਾ ਟੇਕ ਕੇ ਬੈਠ ਜਾਣਾ ਚਾਹੀਦਾ ਹੈ।

ਸਨਦੀਪ : ਕੀ ਗੁਰਦਵਾਰੇ ਦੇ ਅੰਦਰ ਕਿਤੇ ਵੀ ਬੈਠ
ਸਕਦੇ ਹੋ ?

ਮਨਦੀਪ : ਹਾਂ, ਤੁਸੀਂ ਕਿਤੇ ਵੀ ਬੈਠ ਸਕਦੇ ਹੋ ਪਰ ਆਮ
ਤੌਰ ਤੇ ਇਸਤਰੀਆਂ ਇੱਕ ਪਾਸੇ ਅਤੇ ਪੁਰਸ਼
ਦੂਜੇ ਪਾਸੇ ਬੈਠਦੇ ਹਨ। ਇਹ ਇੱਕ ਰਿਵਾਜ
ਹੀ ਬਣ ਗਿਆ ਹੈ, ਵੈਸੇ ਇਸ ਬਾਰੇ ਕੋਈ
ਖ਼ਾਸ ਨਿਯਮ ਨਹੀਂ ਹਨ।

ਸਨਦੀਪ : ਤੈਨੂੰ ਤਾਂ ਮਨਦੀਪ ਗੁਰਦਵਾਰੇ ਬਾਰੇ ਬਹੁਤ
ਜਾਣਕਾਰੀ ਹੈ। ਮੈਨੂੰ ਤਾਂ ਕੁਝ ਪਤਾ ਹੀ ਨਹੀਂ
ਸੀ। ਮੈਂ ਤੇਰੇ ਕੋਲੋਂ ਅੱਜ ਬਹੁਤ ਕੁਝ ਸਿਖਿਆ
ਹੈ। ਮੈਂ ਤੇਰਾ ਬਹੁਤ ਧੰਨਵਾਦੀ ਹਾਂ। ਕੀ ਤੂੰ
ਮੈਨੂੰ ਗੁਰਦਵਾਰੇ ਅਤੇ ਸਿੱਖ ਧਰਮ ਬਾਰੇ ਕੁਝ
ਹੋਰ ਗੱਲਾਂ ਵੀ ਦੱਸ ਸਕਦਾ ਹੈਂ ?

ਮਨਦੀਪ : ਅੱਜ ਤਾਂ ਨਹੀਂ ਕਿਉਂਕਿ ਅੱਜ ਮੈਂ ਘਰ ਜਲਦੀ
ਜਾਣਾ ਹੈ ਪਰ ਫੇਰ ਕਿਤੇ ਜੇ ਸਮਾਂ ਮਿਲਿਆ
ਤਾਂ ਜ਼ਰੂਰ ਦੱਸਾਂਗਾ।

ਅਭਿਆਸ (Exercise)

1. ਹੇਠ ਲਿਖੇ ਪ੍ਰਸ਼ਨਾਂ ਦੇ ਉੱਤਰ ਲਿਖੋ :

    ੳ) ਗੁਰਦਵਾਰਾ ਕੀ ਹੁੰਦਾ ਹੈ ?

    ਅ) ਲੋਕੀਂ ਗੁਰਦਵਾਰੇ ਕਿਉਂ ਜਾਂਦੇ ਹਨ ?

    ੲ) ਇੰਗਲੈਂਡ ਵਿੱਚ ਜ਼ਿਆਦਾ ਲੋਕੀਂ ਕਿਸ ਦਿਨ ਗੁਰਦਵਾਰੇ ਜਾਂਦੇ
    ਹਨ ?

    ਸ) ਕੋਈ ਤਿੰਨ ਗੱਲਾਂ ਲਿਖੋ ਜਿਨ੍ਹਾਂ ਦਾ ਗੁਰਦਵਾਰੇ ਦੇ ਅੰਦਰ ਜਾਣ
    ਤੋਂ ਪਹਿਲਾਂ ਖ਼ਿਆਲ ਰੱਖਣਾ ਚਾਹੀਦਾ ਹੈ।

    ਹ) ਸਨਦੀਪ ਅਤੇ ਮਨਦੀਪ ਵਿੱਚੋਂ ਕਿਸ ਨੂੰ ਗੁਰਦਵਾਰੇ ਬਾਰੇ ਜ਼ਿਆਦਾ
    ਜਾਣਕਾਰੀ ਹੈ ?

2. ਖ਼ਾਲੀ ਥਾਵਾਂ ਭਰੋ :

    ੳ) ਸਿੱਖਾਂ ਦਾ ਧਾਰਮਿਕ ਅਸਥਾਨ................ਹੁੰਦਾ ਹੈ।

    ਅ) ਸਿੱਖਾਂ ਦੀ ਧਾਰਮਿਕ ਕਿਤਾਬ ਦਾ ਨਾਂ................ ਹੈ।

    ੲ) ਗੁਰਦਵਾਰੇ ਵਿੱਚ................ਕਰਨ ਵਾਲੇ ਨੂੰ ....ਕਹਿੰਦੇ
    ਹਨ।

    ਸ) ਗੁਰਦਵਾਰੇ ਦੇ ਅੰਦਰ ਜਾਣ ਤੋਂ ਪਹਿਲਾਂ ਆਪਣੀ ....
    ਖੋਲ੍ਹ ਕੇ....................ਰੱਖ ਦੇਣੀ ਚਾਹੀਦੀ ਹੈ।

    ਹ) ਸਨਦੀਪ ਅਤੇ ਮਨਦੀਪ ਵਿੱਚੋਂ................ਨੂੰ ਗੁਰਦਵਾਰੇ ਬਾਰੇ
    ਜ਼ਿਆਦਾ ਜਾਣਕਾਰੀ ਸੀ।

Answer the following questions in English :

1. What is a Gurdwara ?

2. Why do people go to the Gurdwara ?

3. On what day do most people go to the Gurdwara in England ?

4. Write three things which people should do before entering the Gurdwara.

5. Who knows more about the Gurdwara—Sandeep or Mandeep ?

2. ਹੇਠ ਲਿਖੇ ਸ਼ਬਦਾਂ ਨੂੰ ਆਪਣੇ ਵਾਕਾਂ ਵਿੱਚ ਵਰਤੋ :

ਤੰਗ, ਗਿਣਤੀ, ਸਿਆਣਾ, ਸਿੱਟਾ, ਸਕੀਮ, ਵਿਚਾਰ, ਪ੍ਰਗਟ, ਟੱਲੀ, ਖੁੱਡ, ਅਕਲਮੰਦ, ਹੌਸਲਾ, ਸੋਚ, ਸਾਹਮਣਿਓਂ ।

3. ਹੇਠ ਲਿਖਿਆਂ ਸ਼ਬਦਾਂ ਦੇ ਵਚਨ ਬਦਲੋ :

ਚੂਹਾ, ਬਿੱਲੀਆਂ, ਸਕੀਮ, ਮੀਟਿੰਗਾਂ, ਖੁੱਡ, ਸੋਚ, ਹੌਸਲਾ, ਗੱਲਾਂ, ਟੱਲੀ, ਚੰਗੀ, ਆਪਣੀਆਂ, ਆਪਣਾ, ਦਿਨਾਂ ।

Answer the following questions in English :

1. Why were the mice unhappy?

2. What did the mice think to escape from the cat?

3. One mouse told the meeting a scheme to escape from the cat. What was it?

4. What did a wise mouse say about this scheme?

5. Where did the mice run to during the meeting?

6. Why did the mice have to run all of a sudden and leave the meeting?

6845099299383

⊘ 8845

ਕਮਲਜੀਤ ਦਾ ਸਾਈਕਲ

ਕਮਲਜੀਤ ਇੱਕ ਮੁੰਡਾ ਹੈ। ਉਸ ਦੀ ਉਮਰ ਚੌਦਾਂ ਸਾਲ ਹੈ। ਉਹ ਸਾਈਕਲ ਚਲਾਉਣਾ ਬਹੁਤ ਪਸੰਦ ਕਰਦਾ ਹੈ। ਅੱਜ ਬਹੁਤ ਗਰਮੀ ਹੈ। ਸੂਰਜ ਚਮਕ ਰਿਹਾ ਹੈ। ਕਮਲਜੀਤ ਬਾਹਰ ਸੜਕ ਉੱਤੇ ਆਪਣਾ ਸਾਈਕਲ ਚਲਾ ਰਿਹਾ ਹੈ।

ਕਮਲਜੀਤ ਦੇ ਦੋਨੋਂ ਹੱਥ ਸਾਈਕਲ ਦੇ ਹੈਂਡਲ ਉੱਤੇ ਹਨ। ਉਸ ਨੇ ਇੱਕ ਹੱਥ ਨਾਲ ਸਾਈਕਲ ਦੀ ਬਰੇਕ ਵੀ ਹੈਂਡਲ ਦੇ ਨਾਲ ਫੜੀ ਹੋਈ ਹੈ ਤਾਂ ਕਿ ਉਹ ਸਾਈਕਲ ਨੂੰ ਜਦੋਂ ਚਾਹੇ ਖੜ੍ਹਾ ਕਰ ਸਕੇ। ਉਸ ਦੇ ਪੈਰ ਸਾਈਕਲ ਦੇ ਪੈਡਲ ਉੱਤੇ ਹਨ।

ਗਰਮੀਆਂ ਵਿੱਚ ਸਾਰੇ ਬੱਚੇ ਸਾਈਕਲ ਚਲਾਉਣਾ ਪਸੰਦ ਕਰਦੇ ਹਨ। ਪਰ ਕਈ ਬੱਚੇ ਸੜਕ ਉੱਤੇ ਧਿਆਨ ਨਾਲ ਸਾਈਕਲ ਨਹੀਂ ਚਲਾਉਂਦੇ। ਉਹ ਸੜਕ ਉੱਤੇ ਚੱਲਣ ਵਾਲੀਆਂ ਕਾਰਾਂ, ਲਾਰੀਆਂ ਅਤੇ ਟਰੱਕਾਂ ਦਾ ਕੋਈ ਖ਼ਿਆਲ ਨਹੀਂ ਰੱਖਦੇ ਜਿਸ ਕਰਕੇ ਕਈ ਵਾਰੀ ਐਕਸੀਡੈਂਟ ਹੋ ਜਾਂਦੇ ਹਨ।

ਸਾਈਕਲ ਚਲਾਉਣਾ ਸਿਹਤ ਲਈ ਬਹੁਤ ਚੰਗਾ ਹੈ।

52

53

ਸਾਈਕਲ ਚਲਾਉਣ ਨਾਲ ਸਰੀਰ ਦੇ ਸਾਰੇ ਅੰਗਾਂ ਦੀ ਕਸਰਤ ਹੋ ਜਾਂਦੀ ਹੈ ਅਤੇ ਸਰੀਰ ਚੁਸਤ ਰਹਿੰਦਾ ਹੈ। ਪਰ ਸਾਈਕਲ ਚਲਾਉਣ ਸਮੇਂ ਸਾਰੇ ਬੱਚਿਆਂ ਨੂੰ ਬੜਾ ਧਿਆਨ ਰੱਖਣ ਦੀ ਲੋੜ ਹੈ। ਅੱਜ ਕੱਲ ਜਦੋਂ ਸੜਕਾਂ ਉੱਤੇ ਕਾਰਾਂ, ਟਰੱਕਾਂ ਅਤੇ ਬੱਸਾਂ ਦੀ ਭਾਰੀ ਗਿਣਤੀ ਹੁੰਦੀ ਹੈ, ਸਾਈਕਲ ਚਲਾਉਣਾ ਕੋਈ ਸੌਖਾ ਨਹੀਂ ਹੈ।

ਸਰਦੀਆਂ ਦੇ ਮੌਸਮ ਵਿੱਚ ਸਾਈਕਲ ਚਲਾਉਣਾ ਹੋਰ ਵੀ ਔਖਾ ਹੈ। ਖ਼ਾਸ ਕਰਕੇ ਇੰਗਲੈਂਡ ਅਤੇ ਕਈ ਹੋਰ ਸਰਦ ਦੇਸ਼ਾਂ ਵਿੱਚ ਜਿੱਥੇ ਠੰਡ ਅਤੇ ਬਰ.ਫ ਬਹੁਤ ਪੈਂਦੀ ਹੈ। ਬਰ.ਫ ਵਿੱਚ ਸਾਈਕਲ ਸਲਿਪ ਕਰ ਸਕਦਾ ਹੈ ਅਤੇ ਕਈ ਵਾਰੀ ਜੇ ਧਿਆਨ ਨਾਲ ਨਾ ਚਲਾਇਆ ਜਾਵੇ ਤਾਂ ਸੱਟਾਂ ਵੀ ਲੱਗ ਸਕਦੀਆਂ ਹਨ।

ਵੀਹ ਪੱਚੀ ਸਾਲ ਪਹਿਲਾਂ ਜਦੋਂ ਬਹੁਤੀਆਂ ਮੋਟਰਾਂ, ਕਾਰਾਂ ਅਤੇ ਗੱਡੀਆਂ ਨਹੀਂ ਹੁੰਦੀਆਂ ਸਨ ਤਾਂ ਲੋਕੀਂ ਜ਼ਿਆਦਾਤਰ ਸਾਈਕਲ ਹੀ ਚਲਾਇਆ ਕਰਦੇ ਸਨ। ਅੱਜ-ਕੱਲ੍ਹ ਸਿਆਣੇ ਲੋਕ ਸਾਈਕਲ ਘੱਟ ਹੀ ਚਲਾਉਂਦੇ ਹਨ। ਛੋਟੇ ਬੱਚੇ ਜਾਂ ਸਕੂਲਾਂ ਵਿੱਚ ਪੜ੍ਹਨ ਵਾਲੇ ਬੱਚੇ ਹੀ ਅੱਜ-ਕੱਲ੍ਹ ਸਾਈਕਲ ਚਲਾਉਂਦੇ ਦੇਖੇ ਜਾਂਦੇ ਹਨ।

ਅਭਿਆਸ (Exercise)

ਹੇਠ ਲਿਖੇ ਪ੍ਰਸ਼ਨਾਂ ਦਾ ਉੱਤਰ ਪੂਰੇ ਵਾਕਾਂ ਵਿੱਚ ਲਿਖੋ :

1. ਕਮਲਜੀਤ ਦੀ ਉਮਰ ਕਿੰਨੀ ਹੈ।
   1) ਪੰਦਰਾਂ ਸਾਲ।
   2) ਵੀਹ ਸਾਲ।
   3) ਚੌਦਾਂ ਸਾਲ।

2. ਕਮਲਜੀਤ ਬਾਹਰ ਕੀ ਕਰ ਰਿਹਾ ਹੈ ?
   1) ਸਾਈਕਲ ਚਲਾ ਰਿਹਾ ਹੈ।
   2) ਕਾਰ ਚਲਾ ਰਿਹਾ ਹੈ।
   3) ਫੁਟਬਾਲ ਖੇਡ ਰਿਹਾ ਹੈ।

3. ਕਮਲਜੀਤ ਦੇ ਹੱਥ ਕਿੱਥੇ ਹਨ ?
   1) ਕੋਟ ਦੀਆਂ ਜੇਬਾਂ ਵਿੱਚ।
   2) ਸਾਈਕਲ ਦੇ ਹੈਂਡਲ ਉੱਤੇ।
   3) ਪੈਂਟ ਦੀਆਂ ਜੇਬਾਂ ਵਿੱਚ।

4. ਕਮਲਜੀਤ ਦੇ ਪੈਰ ਕਿੱਥੇ ਹਨ ?
   1) ਪੈਡਲਾਂ ਉੱਤੇ।
   2) ਬੂਟਾਂ ਵਿੱਚ।
   3) ਰਜਾਈ ਵਿੱਚ।

5. ਸਾਈਕਲ ਚਲਾਉਣਾ ਕਦੋਂ ਔਖਾ ਹੁੰਦਾ ਹੈ।
   1) ਜਦੋਂ ਮੌਸਮ ਸਾਫ਼ ਅਤੇ ਧੁੱਪ ਹੋਵੇ।
   2) ਜਦੋਂ ਬਰਫ਼ ਪਈ ਹੋਈ ਹੋਵੇ।
   3) ਜਦੋਂ ਰੋਟੀਆਂ ਬਹੁਤੀਆਂ ਖਾਧੀਆਂ ਹੋਣ।

6. ਹੇਠ ਲਿਖੇ ਪ੍ਰਸ਼ਨਾਂ ਦੇ ਉੱਤਰ ਲਿਖੋ :

1) ਬਹੁਤੇ ਬੱਚੇ ਕਿਸ ਮੌਸਮ ਵਿੱਚ ਸਾਈਕਲ ਚਲਾਉਣਾ ਪਸੰਦ ਕਰਦੇ ਹਨ ?

2) ਸੜਕ ਉੱਤੇ ਸਾਈਕਲ ਚਲਾਉਣ ਵੇਲੇ ਬਹੁਤ ਧਿਆਨ ਕਿਉਂ ਰੱਖਣਾ ਚਾਹੀਦਾ ਹੈ ?

3) ਸਾਈਕਲ ਚਲਾਉਣਾ ਸਿਹਤ ਲਈ ਕਿਉਂ ਚੰਗਾ ਹੁੰਦਾ ਹੈ ?

4) ਕਿਸ ਮੌਸਮ ਵਿੱਚ ਸਾਈਕਲ ਚਲਾਉਣਾ ਬਹੁਤ ਔਖਾ ਹੁੰਦਾ ਹੈ ?

5) ਵੀਹ ਪੱਚੀ ਸਾਲ ਪਹਿਲਾਂ ਬਹੁਤੇ ਲੋਕੀਂ ਸਾਈਕਲ ਕਿਉਂ ਚਲਾਉਂਦੇ ਹੁੰਦੇ ਸਨ ?

Answer the following questions in English :

1. How old is Kamaljit?

2. What is Kamaljit doing outside?

3. Where are Kamaljit's hands?

4. Where are Kamaljit's feet?

5. When is cycling hard?

6. When do most children like cycling?

7. Why should people take more care cycling on the road?

8. Why is cycling useful for health?

9. Why did more people cycle about twenty-five years ago?

THE LION ਸ਼ੇਰ
AND THE
MOUSE! ਅਤੇ ਚੂਹੀ

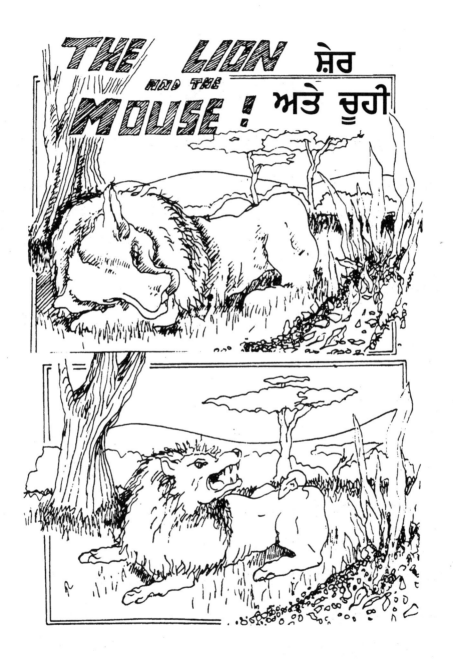

ਸ਼ੇਰ ਅਤੇ ਚੂਹੀ

ਇੱਕ ਸ਼ੇਰ ਇੱਕ ਜੰਗਲ ਵਿੱਚ ਰਹਿੰਦਾ ਸੀ। ਗਰਮੀਆਂ ਦੇ ਦਿਨ ਸਨ। ਇੱਕ ਦਿਨ ਸ਼ੇਰ ਇੱਕ ਦਰਖ਼ਤ ਦੀ ਠੰਡੀ ਛਾਵੇਂ ਸੁੱਤਾ ਪਿਆ ਸੀ। ਲਾਗੇ ਹੀ ਇੱਕ ਖੁੱਡ ਵਿੱਚ ਇੱਕ ਚੂਹੀ ਰਹਿੰਦੀ ਸੀ। ਚੂਹੀ ਆਪਣੀ ਖੁੱਡ ਵਿੱਚੋਂ ਬਾਹਰ ਨਿਕਲੀ ਅਤੇ ਸ਼ੇਰ ਨੂੰ ਦੇਖ ਕੇ ਉਸ ਨੂੰ ਇੱਕ ਸ਼ਰਾਰਤ ਸੁੱਝੀ। ਉਹ ਸ਼ੇਰ ਦੇ ਸਰੀਰ ਉੱਤੇ ਚੜ੍ਹ ਗਈ ਤੇ ਡਾਨਸ ਕਰਨ ਲੱਗ ਪਈ।

ਸ਼ੇਰ ਨੂੰ ਝੱਟ ਜਾਗ ਆ ਗਈ। ਪਹਿਲਾਂ ਤਾਂ ਸ਼ੇਰ ਨੇ ਚੂਹੀ ਨੂੰ ਕੁਝ ਨਾ ਕਿਹਾ ਪਰ ਜਦ ਉਹ ਮਸਤੀ ਹੋਈ ਡਾਨਸ ਕਰਨ ਤੋਂ ਨਾ ਹਟੀ ਤਾਂ ਸ਼ੇਰ ਨੂੰ ਗ਼ੁੱਸਾ ਆ ਗਿਆ। ਉਸ ਨੇ ਚੂਹੀ ਨੂੰ ਆਪਣੇ ਪੰਜੇ ਵਿੱਚ ਫੜ ਲਿਆ। ਸ਼ੇਰ ਚੂਹੀ ਨੂੰ ਆਪਣੇ ਪੰਜੇ ਵਿੱਚ ਘੁੱਟ ਕੇ ਮਾਰਨ ਹੀ ਲੱਗਾ ਸੀ ਕਿ ਚੂਹੀ ਨੂੰ ਆਪਣੀ ਗ਼ਲਤੀ ਦਾ ਅਹਿਸਾਸ ਹੋਇਆ ਅਤੇ ਉਹ ਰੋਣ ਲੱਗ ਪਈ। ਚੂਹੀ ਨੇ ਸ਼ੇਰ ਨੂੰ ਬੜੀ ਨਿਮਰਤਾ ਨਾਲ ਕਿਹਾ, "ਹੇ ਜੰਗਲਾਂ ਦੇ ਬਾਦਸ਼ਾਹ, ਮੇਰੇ ਕੋਲੋਂ ਬਹੁਤ ਵੱਡੀ ਭੁੱਲ ਹੋ ਗਈ ਹੈ।

ਇਸ ਵਾਰੀ ਮੈਨੂੰ ਮੁਆਫ਼ ਕਰ ਦਿਓ ਅਤੇ ਅੱਗੇ ਤੋਂ ਮੈਂ ਕਦੇ ਵੀ ਐਸੀ ਗ਼ਲਤੀ ਨਹੀਂ ਕਰਾਂਗੀ।"

ਸ਼ੇਰ ਨੂੰ ਚੂਹੀ ਉੱਤੇ ਤਰਸ ਆ ਗਿਆ ਅਤੇ ਉਸ ਨੇ ਚੂਹੀ ਨੂੰ ਛੱਡ ਦਿੱਤਾ। ਚੂਹੀ ਨੇ ਸ਼ੇਰ ਦਾ ਬੜਾ ਧੰਨਵਾਦ ਕੀਤਾ। ਹੁਣ ਚੂਹੀ ਸ਼ੇਰ ਤੋਂ ਬੱਚ ਕੇ ਬਹੁਤ ਖ਼ੁਸ਼ ਸੀ। ਚੂਹੀ ਆਪਣੇ ਦਿਲ ਵਿੱਚ ਸੋਚਦੀ ਸੀ ਕਿ ਮੌਕਾ ਮਿਲਣ ਉੱਤੇ ਉਹ ਸ਼ੇਰ ਦੀ ਇਸ ਰਹਿਮ-ਦਿਲੀ ਦਾ ਜ਼ਰੂਰ ਬਦਲਾ ਚੁਕਾਏਗੀ। ਕੁਝ ਦਿਨਾਂ ਪਿੱਛੋਂ ਇੱਕ ਸ਼ਿਕਾਰੀ ਉਸ ਜੰਗਲ ਵਿੱਚ ਆਇਆ। ਉਸ ਨੇ ਸ਼ੇਰ ਨੂੰ ਫੜਨ ਲਈ ਆਪਣਾ ਜਾਲ ਲਾ ਦਿੱਤਾ। ਸ਼ੇਰ ਸ਼ਿਕਾਰੀ ਦੇ ਜਾਲ ਵਿੱਚ ਫਸ ਗਿਆ। ਉਸ ਨੇ ਆਪਣੇ ਆਪ ਨੂੰ ਜਾਲ ਤੋਂ ਛੁਡਾਣ ਦੀ ਬਹੁਤ ਕੋਸ਼ਿਸ਼ ਕੀਤੀ ਪਰ ਉਹ ਜਾਲ ਤੋਂ ਬਾਹਰ ਨਾ ਆ ਸਕਿਆ। ਹੁਣ ਜਦੋਂ ਸ਼ੇਰ ਨੂੰ ਜਾਲ ਵਿੱਚੋਂ ਬਾਹਰ ਨਿਕਲਣ ਦੀ ਕੋਈ ਆਸ ਨਾ ਰਹੀ ਤਾਂ ਉਸ ਨੇ ਦਹਾੜਨਾ ਸ਼ੁਰੂ ਕਰ ਦਿੱਤਾ।

ਚੂਹੀ ਨੇ ਸ਼ੇਰ ਦੀ ਆਵਾਜ਼ ਨੂੰ ਝੱਟ ਪਛਾਣ ਲਿਆ। ਉਸ ਨੇ ਝੱਟ ਆਪਣੇ ਪਰਿਵਾਰ ਨੂੰ ਇਕੱਠਾ ਕੀਤਾ ਅਤੇ ਸਾਰੇ ਪਰਿਵਾਰ ਸਮੇਤ ਸ਼ੇਰ ਕੋਲ ਪਹੁੰਚ ਗਈ। ਉਹਨਾਂ ਨੇ ਝੱਟ ਆਪਣੇ ਤਿੱਖੇ ਦੰਦਾਂ ਨਾਲ ਜਾਲ ਨੂੰ ਕੱਟ ਦਿੱਤਾ ਅਤੇ ਸ਼ੇਰ

ਨੂੰ ਸ਼ਿਕਾਰੀ ਤੋਂ ਬਚਾਇਆ। ਹੁਣ ਸ਼ੇਰ ਨੇ ਚੂਹੀ ਅਤੇ ਉਸ
ਦੇ ਪਰਿਵਾਰ ਦਾ ਧੰਨਵਾਦ ਕੀਤਾ।

ਅਭਿਆਸ (Exercise)

1. ਹੇਠ ਲਿਖੇ ਪ੍ਰਸ਼ਨਾਂ ਦੇ ਉੱਤਰ ਲਿਖੋ :

    1) ਸ਼ੇਰ ਕਿੱਥੇ ਸੁੱਤਾ ਪਿਆ ਸੀ ?

    2) ਚੂਹੀ ਕਿੱਥੇ ਰਹਿੰਦੀ ਸੀ ?

    3) ਚੂਹੀ ਨੇ ਸ਼ੇਰ ਦੇ ਸਰੀਰ ਉੱਤੇ ਚੜ੍ਹ ਕੇ ਕੀ ਕੀਤਾ ?

4) ਸ਼ੇਰ ਚੂਹੀ ਨੂੰ ਪੰਜੇ ਵਿੱਚ ਘੁੱਟ ਕੇ ਕੀ ਕਰਨ ਲੱਗਾ ਸੀ ?

5) ਸ਼ੇਰ ਨੇ ਚੂਹੀ ਨੂੰ ਕਿਉਂ ਛੱਡ ਦਿੱਤਾ।

6) ਸ਼ਿਕਾਰੀ ਨੇ ਸ਼ੇਰ ਨੂੰ ਫੜਨ ਲਈ ਕੀ ਕੀਤਾ ?

7) ਜਦੋਂ ਸ਼ੇਰ ਨੂੰ ਜਾਲ ਤੋਂ ਬਾਹਰ ਨਿਕਲਣ ਦੀ ਕੋਈ ਆਸ ਨਾ ਰਹੀ ਤਾਂ ਸ਼ੇਰ ਨੇ ਕੀ ਕੀਤਾ ?

8) ਚੂਹੀ ਨੇ ਸ਼ੇਰ ਦੀ ਆਵਾਜ਼ ਸੁਣ ਕੇ ਕੀ ਕੀਤਾ ?

9) ਚੂਹੀ ਨੇ ਸ਼ੇਰ ਨੂੰ ਸ਼ਿਕਾਰੀ ਤੋਂ ਕਿਸ ਤਰ੍ਹਾਂ ਬਚਾਇਆ ?

10) ਸ਼ੇਰ ਨੇ ਚੂਹੀ ਦਾ ਧੰਨਵਾਦ ਕਿਉਂ ਕੀਤਾ ?

2. ਖ਼ਾਲੀ ਥਾਵਾਂ ਭਰੋ :

1) ਇੱਕ ਸ਼ੇਰ ਇੱਕ.....................ਵਿੱਚ ਰਹਿੰਦਾ ਸੀ।

2) ਚੂਹੀ ਆਪਣੀ.....................ਵਿੱਚੋਂ ਬਾਹਰ ਨਿਕਲੀ ਅਤੇ.....................ਨੂੰ ਦੇਖ ਕੇ ਉਸ ਨੂੰ ਇੱਕ.....................ਸੁੱਝੀ।

3) ਸ਼ੇਰ ਨੂੰ ਚੂਹੀ ਉੱਤੇ.....................ਆ ਗਿਆ।

4) ਕੁਝ ਦਿਨਾਂ ਪਿੱਛੋਂ ਇੱਕ.....................ਉਥੇ ਆ ਗਿਆ।

5) ਚੂਹੀ ਨੇ.....................ਦੀ ਆਵਾਜ਼ ਨੂੰ ਪਛਾਣ ਲਿਆ।

Answer the following questions in English :

1. Where was the lion sleeping ?

2. Where was the mouse ?

3. What did the mouse do after climbing on the lion's body ?

4. What was the lion about to do while holding the mouse in his paw ?

5. Why did the lion leave the mouse?
6. What did the hunter do to catch the lion?
7. What did the lion start to do when he had no hope to escape?
8. What did the mouse do after hearing the lion roar?
9. How did the mouse help the lion to get free?
10. Why did the lion thank the mouse?

ਗਰਮੀਆਂ ਦੀ ਰੁੱਤ

ਗਰਮੀਆਂ ਦੀ ਰੁੱਤ ਸੀ। ਬੱਚੇ ਗਰਮੀਆਂ ਦੀ ਰੁੱਤ ਨੂੰ ਬਹੁਤ ਪਸੰਦ ਕਰਦੇ ਹਨ। ਉਹ ਸਾਰਾ ਦਿਨ ਘਰ ਤੋਂ ਬਾਹਰ ਰਹਿਣਾ ਚਾਹੁੰਦੇ ਹਨ। ਪਾਰਕਾਂ ਵਿੱਚ ਫੁਟਬਾਲ ਅਤੇ ਹੋਰ ਕਈ ਖੇਡਾਂ ਖੇਡਦੇ ਹਨ। ਕਈ ਬੱਚੇ ਤਾਂ ਆਪਣਾ ਖਾਣ ਪੀਣ ਦਾ ਸਮਾਂ ਵੀ ਭੁੱਲ ਜਾਂਦੇ ਹਨ ਅਤੇ ਖੇਡਾਂ ਵਿੱਚ ਹੀ ਮਸਤ ਰਹਿੰਦੇ ਹਨ।

ਬੁੱਢੇ ਲੋਕ ਵੀ ਗਰਮੀਆਂ ਨੂੰ ਬਹੁਤ ਪਸੰਦ ਕਰਦੇ ਹਨ। ਉਹ ਵੀ ਪਾਰਕਾਂ ਵਿੱਚ ਜਾ ਕੇ ਇੱਕ ਦੂਜੇ ਨਾਲ ਗੱਲਾਂ ਕਰਦੇ ਹਨ। ਅਖ਼ਬਾਰਾਂ ਦੀਆਂ ਖ਼ਬਰਾਂ ਇੱਕ ਦੂਜੇ ਨੂੰ ਸੁਣਾਉਂਦੇ ਹਨ। ਕਈ ਬੁੱਢੇ ਲੋਕ ਆਪਣੀਆਂ ਔਕੜਾਂ ਇੱਕ ਦੂਜੇ ਨੂੰ ਦੱਸਦੇ ਹਨ। ਕਈ ਤਾਸ਼ ਖੇਡਦੇ ਹਨ ਅਤੇ ਇੱਕ ਦੂਜੇ ਨੂੰ ਮਖ਼ੌਲ ਕਰਦੇ ਹਨ। ਉਹ ਸਰਦੀਆਂ ਨੂੰ ਬਿਲਕੁਲ ਪਸੰਦ ਨਹੀਂ ਕਰਦੇ ਕਿਉਂਕਿ ਸਰਦੀਆਂ ਨੂੰ ਉਹ ਘਰਾਂ ਵਿੱਚ ਹੀ ਬੰਦ ਰਹਿੰਦੇ ਹਨ।

ਇੱਕ ਦਿਨ ਬਹੁਤ ਗਰਮੀ ਸੀ। ਇੱਕ ਆਈਸ-ਕਰੀਮ ਵਾਲੀ ਵੈਨ ਸਾਡੇ ਘਰ ਦੇ ਸਾਹਮਣੇ ਆ ਕੇ ਖੜ੍ਹ ਗਈ। ਵੈਨ ਵਾਲੇ ਨੇ ਘੰਟੀਆਂ ਵਜਾਉਣੀਆਂ ਸ਼ੁਰੂ ਕੀਤੀਆਂ। ਘੰਟੀਆਂ ਦੀ

ਆਵਾਜ਼ ਸੁਣ ਕੇ ਆਂਢ ਗੁਆਂਢ ਦੇ ਬੱਚੇ ਵੈਨ ਵੱਲ ਭੱਜਣ ਲੱਗੇ। ਕਈ ਬੱਚੇ ਤਾਂ ਆਪਣੀਆਂ ਖੇਡਾਂ ਨੂੰ ਵੀ ਵਿਚਾਲੇ ਹੀ ਛੱਡ ਕੇ ਦੌੜੇ। ਗਰਮੀਆਂ ਦੀ ਰੁੱਤ ਵਿੱਚ ਬੱਚੇ ਆਈਸ-ਕਰੀਮ ਨੂੰ ਬਹੁਤ ਪਸੰਦ ਕਰਦੇ ਹਨ।

ਅਭਿਆਸ (Exercise)

1. ਖ਼ਾਲੀ ਥਾਵਾਂ ਭਰੋ :

   1) ਬੱਚੇ................ਦੀ ਰੁੱਤ ਨੂੰ ਬਹੁਤ................. ਕਰਦੇ ਹਨ।

   2) ਕਈ ਬੱਚੇ ਤਾਂ ਆਪਣਾ ਖਾਣ ਪੀਣ ਦਾ.................. ਵੀ ਭੁੱਲ ਜਾਂਦੇ ਹਨ ਅਤੇ..................ਵਿੱਚ ਹੀ ਮਸਤ ਰਹਿੰਦੇ ਹਨ।

   3) ਬੁੱਢੇ...................ਵੀ.................ਨੂੰ ਬਹੁਤ ਪਸੰਦ ਕਰਦੇ ਹਨ।

   4) ਇੱਕ ਆਈਸ-ਕਰੀਮ ਵਾਲੀ........................ਸਾਡੇ ਘਰ ਦੇ ....ਆ ਕੇ ਖੜ੍ਹ ਗਈ। ਕਈ ਬੱਚੇ ਤਾਂ ਆਪਣੀਆਂ ....ਨੂੰ ਵੀ .... ਹੀ ਛੱਡ ਕੇ ਦੌੜੇ।

2. ਹੇਠ ਲਿਖੇ ਪ੍ਰਸ਼ਨਾਂ ਦੇ ਉੱਤਰ ਇੱਕ ਤੋਂ ਵੱਧ ਦਿੱਤੇ ਗਏ ਹਨ। ਇਹਨਾਂ ਵਿੱਚੋਂ ਇੱਕ ਉੱਤਰ ਠੀਕ ਹੈ ਅਤੇ ਬਾਕੀ ਗ਼ਲਤ। ਠੀਕ ਉੱਤਰ ਲੱਭ ਕੇ ਪੂਰੇ ਵਾਕਾਂ ਵਿੱਚ ਆਪਣੀ ਕਾਪੀ ਵਿੱਚ ਲਿਖੋ :

   ੳ) ਕਈ ਬੱਚੇ ਆਪਣਾ ਖਾਣ ਪੀਣ ਦਾ ਸਮਾਂ ਕਿਉਂ ਭੁੱਲ ਜਾਂਦੇ ਹਨ ?

      1) ਉਹਨਾਂ ਨੂੰ ਭੁੱਖ ਨਹੀਂ ਲੱਗਦੀ।

ICE'S
834
13

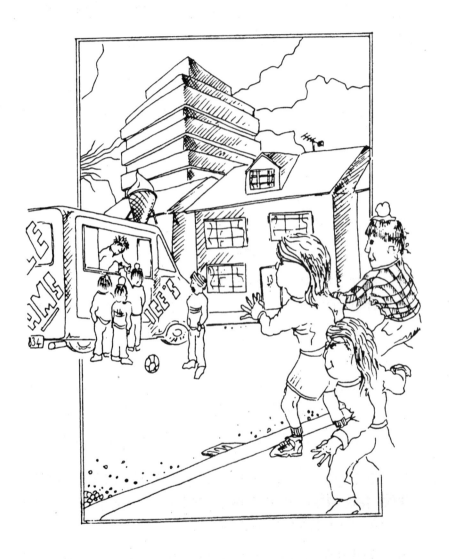

2) ਉਹ ਖੇਡਾਂ ਵਿੱਚ ਮਸਤ ਰਹਿੰਦੇ ਹਨ।

3) ਉਹ ਖਾਣਾ ਪਸੰਦ ਨਹੀਂ ਕਰਦੇ।

ਅ) ਬੁੱਢੇ ਲੋਕ ਸਰਦੀਆਂ ਨੂੰ ਕਿਉਂ ਪਸੰਦ ਨਹੀਂ ਕਰਦੇ ?

1) ਕਿਉਂਕਿ ਉਹ ਬਜ਼ਾਰ ਨੂੰ ਨਹੀਂ ਜਾ ਸਕਦੇ।

2) ਕਿਉਂਕਿ ਉਹ ਇੱਕ ਦੂਜੇ ਨੂੰ ਪਾਰਕਾਂ ਵਿੱਚ ਨਹੀਂ ਮਿਲ ਸਕਦੇ।

3) ਕਿਉਂਕਿ ਉਹ ਘਰਾਂ ਵਿੱਚ ਹੀ ਬੰਦ ਰਹਿੰਦੇ ਹਨ।

ੲ) ਆਾਈਸ-ਕਰੀਮ ਦੀ ਵੈਨ ਕਿੱਥੇ ਆ ਕੇ ਖੜ੍ਹ ਗਈ ?

1) ਸਾਡੇ ਘਰ ਦੇ ਸਾਹਮਣੇ।

2) ਪਾਰਕ ਵਿੱਚ।

3) ਸਾਡੇ ਸਕੂਲ ਕੋਲ।

ਸ) ਬੱਚੇ ਆਈਸ-ਕਰੀਮ ਦੀ ਵੈਨ ਵੱਲ ਕਿਉਂ ਭੱਜਣ ਲੱਗੇ ?

1) ਫੁੱਟਬਾਲ ਖੇਡਣ ਲਈ।

2) ਆਈਸ-ਕਰੀਮ ਲੈਣ ਲਈ।

3) ਆਈਸ-ਕਰੀਮ ਦੀ ਵੈਨ ਦੇਖਣ ਲਈ।

3. ਹੇਠ ਲਿਖਿਆਂ ਪ੍ਰਸ਼ਨਾਂ ਦੇ ਉੱਤਰ ਆਪਣੀ ਕਾਪੀ ਵਿੱਚ ਲਿਖੋ।

1) ਗਰਮੀਆਂ ਦੀ ਰੁੱਤ ਬਾਰੇ ਕੋਈ ਪੰਜ ਵਾਕ ਲਿਖੋ।

2) ਸਰਦੀਆਂ ਦੀ ਰੁੱਤ ਬਾਰੇ ਕੋਈ ਪੰਜ ਵਾਕ ਲਿਖੋ।

Answer the following questions in English :

1. Why do some children forget to eat when playing?

2. Why do old people not like winter?

3. Where did the Ice-Cream Van stop?

4. Why did the children run towards the Ice-Cream Van?

5. Write any five sentences about summer.

6. Write any five sentences about winter.

ਕੁਲਬੀਰ ਅਤੇ ਸੰਦੀਸ਼

ਕੁਲਬੀਰ ਇੱਕ ਬਹੁਤ ਚੰਗੀ ਕੁੜੀ ਹੈ। ਉਹ ਹਰ ਰੋਜ਼ ਸਵੇਰੇ ਸਾਢੇ ਛੇ ਵਜੇ ਸੁੱਤੀ ਉਠਦੀ ਹੈ। ਪੌਣੇ ਸੱਤ ਵਜੇ ਤਕ ਉਹ ਆਪਣਾ ਹੱਥ ਮੂੰਹ ਧੋ ਲੈਂਦੀ ਹੈ। ਫੇਰ ਉਸ ਦੇ ਮੰਮੀ ਜੀ ਕੁਲਬੀਰ ਨੂੰ ਇੱਕ ਚਾਹ ਦਾ ਕੱਪ ਲਿਆ ਕੇ ਦਿੰਦੇ ਹਨ। ਚਾਹ ਪੀ ਕੇ ਉਹ ਸੱਤ ਵਜੇ ਪੜ੍ਹਾਈ ਕਰਨੀ ਸ਼ੁਰੂ ਕਰ ਦਿੰਦੀ ਹੈ।

ਕੁਲਬੀਰ ਦੀ ਉਮਰ ਚੌਦਾਂ ਸਾਲ ਹੈ। ਉਹ ਸੈਕੰਡਰੀ ਸਕੂਲ ਵਿੱਚ ਪੜ੍ਹਦੀ ਹੈ। ਉਸ ਨੂੰ ਪੜ੍ਹਾਈ ਦਾ ਬਹੁਤ ਕੰਮ ਕਰਨਾ ਪੈਂਦਾ ਹੈ ਕਿਉਂਕਿ ਉਹ ਪੜ੍ਹਾਈ ਤੋਂ ਬਾਅਦ ਇੱਕ ਚੰਗੀ ਨੌਕਰੀ ਉੱਤੇ ਲੱਗਣਾ ਚਾਹੁੰਦੀ ਹੈ। ਕੁਲਬੀਰ ਨੂੰ ਪਤਾ ਹੈ ਕਿ ਅੱਜ-ਕੱਲ੍ਹ ਚੰਗੀ ਪੜ੍ਹਾਈ ਤੋਂ ਬਿਨਾਂ ਕੋਈ ਚੰਗੀ ਨੌਕਰੀ ਨਹੀਂ ਮਿਲਦੀ। ਇਸ ਲਈ ਉਹ ਹਰ ਰੋਜ਼ ਰਾਤ ਨੂੰ ਸਾਢੇ ਸੱਤ ਵਜੇ ਤੋਂ ਦਸ ਵਜੇ ਤਕ ਅਤੇ ਸਵੇਰ ਨੂੰ ਸੱਤ ਵਜੇ ਤੋਂ ਪੌਣੇ ਅੱਠ ਵਜੇ ਤਕ ਦਿਲ ਲਾ ਕੇ ਪੜ੍ਹਾਈ ਕਰਦੀ ਹੈ।

ਕੁਲਬੀਰ ਦਾ ਇੱਕ ਛੋਟਾ ਭਰਾ ਹੈ। ਉਸ ਦਾ ਨਾਂ ਸੰਦੀਸ਼ ਹੈ। ਸੰਦੀਸ਼ ਦੀ ਉਮਰ ਅੱਠ ਸਾਲ ਹੈ। ਉਹ ਅਜੇ ਜੂਨੀਅਰ ਸਕੂਲ

ਵਿੱਚ ਹੀ ਪੜ੍ਹਦਾ ਹੈ। ਸੰਦੀਸ਼ ਕੁਲਬੀਰ ਦੇ ਨਾਲ ਰਾਤ ਨੂੰ ਸਾਢੇ ਸੱਤ ਵਜੇ ਤੋਂ ਸਵਾ ਨੌਂ ਵਜੇ ਤਕ ਪੜ੍ਹਦਾ ਹੈ। ਫੇਰ ਉਹ ਸੌਂ ਜਾਂਦਾ ਹੈ ਅਤੇ ਕੁਲਬੀਰ ਦਸ ਵਜੇ ਤਕ ਇਕੱਲੀ ਹੀ ਪੜ੍ਹਦੀ ਰਹਿੰਦੀ ਹੈ। ਸੰਦੀਸ਼ ਸਵੇਰ ਨੂੰ ਵੀ ਕੁਲਬੀਰ ਦੇ ਨਾਲ ਨਹੀਂ ਉਠਦਾ। ਕੁਲਬੀਰ ਉਸ ਨੂੰ ਸਾਢੇ ਸੱਤ ਵਜੇ ਜਗਾਉਂਦੀ ਹੈ ਅਤੇ ਉਹ ਪੌਣੇ ਅੱਠ ਵਜੇ ਤਕ ਆਪਣਾ ਹੱਥ ਮੂੰਹ ਧੋ ਲੈਂਦਾ ਹੈ।

ਕੁਲਬੀਰ ਅਤੇ ਸੰਦੀਸ਼ ਦੇ ਮੰਮੀ ਜੀ ਇੱਕ ਫ਼ੈਕਟਰੀ ਵਿੱਚ ਕੰਮ ਕਰਦੇ ਹਨ। ਉਹ ਪੌਣੇ ਅੱਠ ਵਜੇ ਸਵੇਰ ਨੂੰ ਘਰੋਂ ਚਲੇ ਜਾਂਦੇ ਹਨ। ਜਾਣ ਤੋਂ ਪਹਿਲਾਂ ਉਹ ਕੁਲਬੀਰ ਅਤੇ ਸੰਦੀਸ਼ ਲਈ ਬ੍ਰੈਕਫ਼ਾਸਟ ਬਣਾ ਕੇ ਰੱਖ ਜਾਂਦੇ ਹਨ। ਉਹਨਾਂ ਦੇ ਡੈਡੀ ਜੀ ਵੀ ਫ਼ੈਕਟਰੀ ਵਿੱਚ ਕੰਮ ਕਰਦੇ ਹਨ। ਦੋਨੋਂ ਮੰਮੀ ਜੀ ਅਤੇ ਡੈਡੀ ਜੀ ਪੌਣੇ ਅੱਠ ਵਜੇ ਘਰ ਤੋਂ ਕੰਮ ਉੱਤੇ ਚਲੇ ਜਾਂਦੇ ਹਨ।

ਦੋਨੋਂ ਕੁਲਬੀਰ ਅਤੇ ਸੰਦੀਸ਼ ਇਕੱਠੇ ਅੱਠ ਵਜੇ ਆਪਣਾ ਬ੍ਰੈਕਫ਼ਾਸਟ ਖਾਂਦੇ ਹਨ ਅਤੇ ਫੇਰ ਆਪਣੇ ਆਪਣੇ ਸਕੂਲ ਨੂੰ ਪੈਦਲ ਚਲੇ ਜਾਂਦੇ ਹਨ।

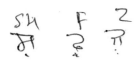

ਅਭਿਆਸ (Exercise)

1. ਖ਼ਾਲੀ ਥਾਵਾਂ ਭਰੋ :

   1) ਕੁਲਬੀਰ ਦੇ ਮੰਮੀ ਜੀ ਉਸ ਨੂੰ ਇੱਕ........................ ਦਾ ਕੱਪ ਲਿਆ ਕੇ ਦਿੰਦੇ ਹਨ।

   2) ਕੁਲਬੀਰ ਦੀ ਉਮਰ................ਸਾਲ ਹੈ।

   3) ਕੁਲਬੀਰ ਨੂੰ ਪਤਾ ਹੈ ਕਿ ਅੱਜ-ਕੱਲ੍ਹ ਚੰਗੀ.................... ਤੋਂ ਬਿਨਾਂ ਕੋਈ ਚੰਗੀ....................ਨਹੀਂ ਮਿਲਦੀ।

   4) ਸੰਦੀਸ਼ ਦੀ ਭੈਣ ਦਾ ਨਾਂ................ਹੈ।

   5) ਸੰਦੀਸ਼ ਅਜੇ................ਸਕੂਲ ਵਿੱਚ ਪੜ੍ਹਦਾ ਹੈ।

2. ਹੇਠ ਲਿਖੇ ਪ੍ਰਸ਼ਨਾਂ ਦੇ ਉੱਤਰ ਲਿਖੋ :

   1) ਕੁਲਬੀਰ ਕਿੰਨੇ ਵਜੇ ਸੁੱਤੀ ਉਠਦੀ ਹੈ ?

   2) ਚਾਹ ਪੀ ਕੇ ਕੁਲਬੀਰ ਕੀ ਕਰਦੀ ਹੈ ?

   3) ਕੁਲਬੀਰ ਬਹੁਤੀ ਪੜ੍ਹਾਈ ਕਿਉਂ ਕਰਦੀ ਹੈ ?

   4) ਕੁਲਬੀਰ ਦੀ ਪੜ੍ਹਾਈ ਦਾ ਕੀ ਕੀ ਟਾਈਮ ਹੈ ?

   5) ਸੰਦੀਸ਼ ਕਿਸ ਸਕੂਲ ਵਿੱਚ ਪੜ੍ਹਦਾ ਹੈ ?

   6) ਸੰਦੀਸ਼ ਆਪਣੀ ਭੈਣ ਕੁਲਬੀਰ ਨਾਲੋਂ ਕਿੰਨੇ ਸਾਲ ਛੋਟਾ ਹੈ ?

   7) ਕੁਲਬੀਰ ਆਪਣੇ ਛੋਟੇ ਭਰਾ ਸੰਦੀਸ਼ ਨੂੰ ਕਦੋਂ ਜਗਾਉਂਦੀ ਹੈ ?

   8) ਸੰਦੀਸ਼ ਅਤੇ ਕੁਲਬੀਰ ਦੇ ਮੰਮੀ ਅਤੇ ਡੈਡੀ ਜੀ ਕਿਥੇ ਕੰਮ ਕਰਦੇ ਹਨ ?

   9) ਸੰਦੀਸ਼ ਅਤੇ ਕੁਲਬੀਰ ਦਾ ਬ੍ਰੇਕ.ਫ਼ਾਸਟ ਕੌਣ ਬਣਾਉਂਦਾ ਹੈ ?

   10) ਉਹ ਬ੍ਰੇਕ.ਫ਼ਾਸਟ ਕਦੋਂ ਖਾਂਦੇ ਹਨ ?

3. ਆਪਣੀ ਕਾਪੀ ਵਿੱਚ ਲਿਖੋ :

ਇੱਕ-ਵਚਨ	ਬਹੁ-ਵਚਨ
Singular	Plural
ਚੰਗਾ	ਚੰਗੇ
ਦਿੰਦਾ	ਦਿੰਦੇ
ਪੈਂਦਾ	ਪੈਂਦੇ
ਜਾਂਦਾ	ਜਾਂਦੇ
ਉਠਦਾ	ਉਠਦੇ
ਪੜ੍ਹਦਾ	ਪੜ੍ਹਦੇ
ਛੋਟਾ	ਛੋਟੇ
ਜਗਾਉਂਦਾ	ਜਗਾਉਂਦੇ
ਲੈਂਦਾ	ਲੈਂਦੇ
ਖਾਂਦਾ	ਖਾਂਦੇ
ਸਾਲ	ਸਾਲਾਂ
ਫ਼ੈਕਟਰੀ	ਫ਼ੈਕਟਰੀਆਂ
ਨੌਕਰੀ	ਨੌਕਰੀਆਂ
ਰਹਿੰਦਾ	ਰਹਿੰਦੇ
ਸਕੂਲ	ਸਕੂਲਾਂ
ਉਹ	ਉਹਨਾਂ
ਪੜ੍ਹਾਈ	ਪੜ੍ਹਾਈਆਂ

Answer the following questions in English :

1. At what time does Kulbir get up?
2. What does Kulbir do after taking tea?
3. Why does Kulbir work hard in her studies?
4. What are the times of Kulbir's study?
5. What is the name of Sandish's school?
6. By how many years is Sandish younger than Kulbir?
7. When does Kulbir wake her younger brother Sandish up?
8. Where do Kulbir and Sandish's parents work?
9. Who prepares breakfast for Kulbir and Sandish?
10. When do they eat their breakfast?

ਪਾਠ 1
ਰਸਬੀਰ

Panjabi	English	Panjabi	English
ਹੱਥ	hand	ਵਿੱਚ	in
ਕਿਤਾਬ	book	ਹੈ	is
ਉਹ	he	ਆਪਣੇ	his/her
ਕਮਰੇ	room	ਕੁਰਸੀ	chair
ਉੱਤੇ	on	ਬੈਠਾ	sitting
ਉਸਦੀ	his	ਮੇਜ਼	table
ਉਸ ਦੀਆਂ	his	ਕੁਝ	some
ਕਿਤਾਬਾਂ	books	ਹਨ	are
ਨੂੰ	to	ਅਤੇ	and
ਬਾਕੀ	other	ਚੀਜ਼ਾਂ	things
ਬੈਗ	bag	ਕੋਲ	near
ਥੱਲੇ	on the floor	ਪਿਆ ਹੈ	is lying
ਕੀ	what	ਕਰਦਾ ਹੈ	does
ਚਲਾਉਂਦਾ	drives	ਖੇਡਦਾ	plays
ਰੁਮਾਲ	handkerchief	ਪੜ੍ਹਦਾ	reads
ਕਿੱਥੇ	where	ਸਾਰੀਆਂ	all
ਲਿਸਟ	list	ਬਣਾ ਕੇ	prepare
ਲਿਖੋ	write		

ਪਾਠ 2

ਸੂਜ਼ਨ ਦੀ ਮੰਮੀ ਰਸੋਈ ਵਿੱਚ

Panjabi	English	Panjabi	English
ਰਸੋਈ	kitchen	ਵਿੱਚ	in
ਹੈ	is	ਉਹ	She
ਸਾਫ਼ ਸੁਥਰਾ	neat and clean	ਰੱਖਣਾ	keep
ਪਸੰਦ ਕਰਦੀ ਹੈ	likes	ਹਰ ਰੋਜ਼	everyday
ਘੱਟ ਤੋਂ ਘੱਟ	at least	ਇੱਕ ਵਾਰ	once
ਸਾਫ਼ ਕਰਦੀ ਹੈ	cleans	ਆਪਣਾ	her
ਬਹੁਤ ਸਮਾਂ	lot of time	ਗੁਜ਼ਾਰਦੀ ਹੈ	spends
ਨਾਂ	name	ਕੋਲ	near
ਖੜ੍ਹੀ ਹੈ	standing	ਕਾਫ਼ੀ	lot of
ਜੂਠੇ	dirty	ਭਾਂਡੇ	utensils
ਧੋਂਦੀ ਹੈ	washes	ਬਾਕੀ	other
ਅੱਜ	to-day	ਕੰਮ	work
ਖ਼ਤਮ ਕਰਕੇ	after finishing	ਬਜ਼ਾਰ	market
ਜਾਣਾ ਹੈ	to go	ਵੀ	also
ਨਾਲ	with	ਜਾਵੇਗੀ	will go
ਇਸ ਕਰਕੇ	therefore	ਬਹੁਤ	very
ਖ਼ੁਸ਼ ਹੈ	happy	ਕਿੱਥੇ	where
ਕੀ	what	ਕੱਪੜੇ	clothes
ਖਾਣ ਪੀਣ ਦੀਆਂ ਚੀਜ਼ਾਂ	eatable things	ਦਰਵਾਜ਼ਾ	door
		ਬਾਹਰ	outside
ਕਿਉਂ	why	ਕਿਉਂਕਿ	because
ਚੀਜ਼ਾਂ	things	ਜਿਹੜੀਆਂ	which

ਪਾਠ 3
ਮਿਸਿਜ਼ ਜੋਨਜ਼

Panjabi	English	Panjabi	English
ਇੱਕ	one	ਪਰਾਮ	pram
ਧੱਕੀ ਜਾ ਰਹੀ ਹੈ	pushing	ਵੱਲ	towards
ਮੁੰਡਾ	son	ਉਸਦਾ	her
ਆਪਣਾ	her	ਸੁੱਤਾ ਪਿਆ ਹੈ	sleeping
ਵੀ	also	ਕੁੱਤਾ	dog
ਬੰਨ੍ਹਿਆ ਹੋਇਆ	tied	ਨਾਲ	with
ਬਾਹਰ ਜਾਣਾ	going outside	ਨਾਮ	name
ਜਦੋਂ ਵੀ	whenever	ਪਸੰਦ ਕਰਦਾ ਹੈ	likes
ਪਤੀ	husband	ਨਾਲ ਲੈ ਜਾਂਦੀ ਹੈ	takes with her
ਅਤੇ	and	ਕੰਮ ਕਰਦਾ ਹੈ	works
ਪਰ	but	ਦੇਖ ਭਾਲ	look after
ਹੋਰ	other	ਘਰ ਦਾ ਕੰਮ	household job
ਕਿੰਨੀ ਕੁ ਦੂਰ	how far		

79

ਪਾਠ 4

ਮਿਸਿਜ਼ ਜੋਨਜ਼ ਬਜ਼ਾਰ ਵਿੱਚ

Panjabi	English	Panjabi	English
ਪਹੁੰਚ ਗਈ ਹੈ	reached	ਹਰ ਤਰ੍ਹਾਂ	all kinds
ਦੁਕਾਨਾਂ	shops	ਮੀਟ	meat
ਕੁਝ	some	ਫਲ	fruit
ਖ਼ਰੀਦਣਾ	to buy	ਇਸ ਲਈ	therefore
ਸਾਰੇ	all	ਦੁਕਾਨ ਵਾਲਾ	Shopkeeper
ਬੜੇ ਸਜਾ ਕੇ	arranged them	ਇਸ	this
ਰੱਖੇ ਹੋਏ ਹਨ	in good order	ਤੋਂ	from
ਵਾਕ	sentences	ਤੁਸੀਂ	you
ਆਪਣੇ ਸ਼ਬਦਾਂ	in your own	ਕੇਲੇ	bananas
	words	ਅੰਗੂਰ	grapes
ਸੰਗਤਰੇ	oranges	ਖ਼ਰਬੂਜ਼ੇ	melons
ਅੰਬ	mangoes	ਸੇਬ	apples
ਹੋਰ ਕਈ ਤਰ੍ਹਾਂ	many other types	ਕੋਈ ਬਹੁਤ ਦੂਰ ਨਹੀਂ	not very far
ਤੁਰ ਕੇ	walk	ਖ਼ੁਸ਼	happy
ਕਸਰਤ	exercise	ਮਿਲਦਾ ਹੈ	meets
ਅਚਾਨਕ	by chance		

ਪਾਠ 5

ਜਸਵੀਰ

Panjabi	English	Panjabi	English
ਮੈਂ	I	ਕੁੜੀ	girl
ਹਾਂ	am	ਮੇਰਾ	my
ਕੱਦ	height	ਫੁੱਟ	feet
ਵਾਲ	hair	ਕਾਲੇ	black
ਅੱਖਾਂ	eyes	ਨੀਲੀਆਂ	blue
ਹਨ	are	ਜਨਮ	birth
ਪੜ੍ਹਦੀ ਹਾਂ	study	ਛੋਟੀ/ਛੋਟਾ	younger
ਇਸੇ ਸਕੂਲ ਵਿੱਚ	in the same school	ਵੱਡਾ	elder
		ਸਾਡਾ ਘਰ	our home
ਬਿਲਕੁਲ	quite	ਨੇੜੇ	near
ਕਾਪੀ	exercise book	ਤੁਰ ਕੇ	walk
ਜਸਵੀਰ ਦੀ ਤਰ੍ਹਾਂ	like Jasvir	ਆਪਣੇ ਆਪ	yourself
ਦਸ ਵਾਕ	ten sentences	ਉਪਰਲੀ	above
ਸੂਚਨਾ	information	ਬਦਲ	change
ਕਿੰਨੇ	how many	ਲਿਖੋ	write
ਭੈਣ	sister	ਭਰਾ	brother
ਕਿਉਂ	why	ਨਹੀਂ	not

ਪਾਠ 6
ਸਰੀਰ ਦੇ ਅੰਗ

Panjabi	English	Panjabi	English
ਸਰੀਰ	body	ਦੇ	of
ਅੰਗ	parts	ਸਾਡਾ	our
ਮਿਲਾ ਕੇ ਬਣਿਆ ਹੈ	is made of	ਕਈ	several
ਸਿਰ	head	ਜਿਵੇਂ ਕਿ	e.g.
ਅੱਖਾਂ	eyes	ਮੂੰਹ	mouth
ਕੰਨ	ear	ਨੱਕ	nose
ਬਾਹਾਂ	arms	ਗਰਦਨ	neck
ਲੱਤਾਂ	legs	ਪੇਟ	stomach
ਪੈਰ	feet	ਹੱਥ	hands
ਆਦਿ	etc.	ਜੀਭ	tongue
ਕੰਮ	function/work	ਹਰ	every
ਅਸੀਂ	we	ਆਪਣਾ ਆਪਣਾ	own
ਦੇਖਦਾ ਹਾਂ	see	ਆਪਣੀਆਂ	our
ਕਰਦੇ ਹਾਂ	do	ਪਰਕਾਰ	kinds
ਤੁਰਨ ਫਿਰਨ	walk	ਖਾਂਦੇ	eat
ਸੁੰਘਦੇ	smell	ਸੁਣਦੇ ਹਾਂ	hear
ਚੱਖਦੇ ਹਾਂ/ਸੁਆਦ ਲੈਣਾ	taste	ਦਿਮਾ:ਗ	brain
ਸੋਚਦੇ ਹਾਂ	think	ਲਈ	for
ਇਹ	this	ਬਹੁਤ	very

ਜ਼ਰੂਰੀ	important	ਇਸਦਾ	its/his/her
ਹਰ ਇੱਕ	everyone	ਕੰਮ ਕਰੇ	work
ਠੀਕ ਤਰ੍ਹਾਂ	properly	ਸਾਰਿਆਂ	all
ਜੇ	if	ਕੋਈ	any one
ਵਿੱਚੋਂ	from	ਹਟ ਜਾਵੇ	stop
ਚੰਗੀ ਤਰ੍ਹਾਂ	properly	ਅਯੋਗ	unable
ਤਾਂ	then	ਇਸ ਲਈ	therefore
ਹਰੇਕ	everyone	ਦੇਖ ਭਾਲ	look after
ਪੂਰੀ ਪੂਰੀ	full	ਬਹੁਤ ਜ਼ਰੂਰੀ	very important
ਸਫ਼ਾਈ	cleanliness	ਤੋਂ	from
ਤਾਂ ਕਿ	so that	ਕਸਰਤ ਕਰਨ ਨਾਲ	with exercise
ਬੀਮਾਰੀਆਂ	diseases	ਬਚਾਇਆ ਜਾ ਸਕੇ	could be saved

ਪਾਠ 7
ਲਾਲਚੀ ਕੁੱਤਾ

Panjabi	English	Panjabi	English
ਲਾਲਚੀ	greedy	ਸੀ	was
ਭੁੱਖਾ	hungry	ਇੱਧਰ	here
ਉੱਧਰ	there	ਭੋਜਨ	food
ਲਈ	for	ਗਿਆ	went
ਪਰ	but	ਕੁੱਝ ਵੀ ਨਾ	nothing
ਮਿਲਿਆ	found	ਦੁਕਾਨ	shop
ਪਹੁੰਚਿਆ/ਪੁਜਿਆ	reached	ਉੱਥੇ	there
ਮਾਸ	meat	ਟੁਕੜਾ	piece
ਚੋਰੀ	steal	ਦੌੜ ਗਿਆ	ran away
ਇਕੱਲੀ	lonely	ਥਾਂ	place
ਖਾਣ	eat	ਚਾਹੁੰਦਾ ਸੀ	wanted
ਰਸਤੇ	on the way	ਦਰਿਆ	river
ਪੁਲ	bridge	ਪਾਣੀ	water
ਪਰਛਾਵਾਂ	reflection	ਦੇਖਿਆ	saw
ਇੱਕ ਹੋਰ	another	ਨਜ਼ਰ ਆਇਆ	saw
ਭੌਂਕਣਾ	bark	ਸ਼ੁਰੂ ਕੀਤਾ	started
ਡਿਗਿਆ	fell	ਉਦਾਸ	sad

ਪਾਠ 8
ਡਾਕੀਆ

Panjabi	English	Panjabi	English
ਡਾਕੀਆ	postman	ਦਿਨ	day
ਸਵੇਰੇ	morning	ਤਸਵੀਰ	picture
ਉੱਠਣਾ ਪੈਂਦਾ ਹੈ	to get up	ਬਹੁਤ ਛੇਤੀ	very early
ਔਖਾ	hard	ਕੰਮ	work
ਚਿੱਠੀਆਂ	letter	ਤੋਹਫ਼ੇ	presents
ਲਿਆ ਕੇ ਦੇਣਾ	bring	ਵੱਡਿਆਂ	big
ਸ਼ਹਿਰਾਂ	cities	ਵਾਸਤੇ	for
ਵੰਡਣਾ	distribute	ਸੜਕ	road
ਕਿਸ	which	ਸਭ ਤੋਂ ਪਹਿਲਾਂ	first of all
ਵੱਡੇ	big	ਫੇਰ	then
ਅਨੁਸਾਰ	according to	ਛਾਂਟਦਾ ਹੈ	sorts out
ਦਰਵਾਜ਼ਾ	door	ਮੋਰੀ	hole
ਵਿੱਚੋਂ	through	ਸੁੱਟ ਦਿੰਦਾ ਹੈ	throws
ਨੌਕਰੀ	service/job	ਮੀਂਹ	rain
ਵੰਡਣਾ	deliver	ਭਰਿਆ ਹੋਇਆ	full
ਚੁੱਕਣਾ	carry	ਮੋਢੇ	shoulders
ਥੱਕ ਜਾਣਾ	to get tired	ਛੁੱਟੀਆਂ	holidays
ਰਿਸ਼ਤੇਦਾਰ	relatives	ਮਿੱਤਰ	friends
ਘਰਦੇ	members of the family	ਲਾਭਦਾਇਕ	useful
		ਐਤਵਾਰ	Sunday
ਕੇਵਲ	only	ਛੇ	six
ਹਫ਼ਤਾ	week	ਭੇਜਦੇ ਹਨ	send

ਪਾਠ 9
ਗੁਰਦਵਾਰਾ

Panjabi	English	Panjabi	English
ਸਾਹਮਣੇ	in front of	ਵੱਡੀ	big
ਇਮਾਰਤ	building	ਤੈਨੂੰ	you
ਧਾਰਮਿਕ	religious	ਅਸਥਾਨ	place
ਲੋਕ	people	ਕਿਤਾਬ	book
ਪਾਠ	reading of the religious book	ਕੀਰਤਨ	singing of religious hymns
ਗੁਰੂ ਗ੍ਰੰਥ ਸਾਹਿਬ	religious book of Sikhs	ਸਨਮਾਨ	respect
ਸਲੋਕ	verses from Guru Granth Sahib	ਪੜ੍ਹਨ	read
		ਕਹਿੰਦੇ ਹਨ	called
ਪਾਠੀ	the person who reads Guru Granth Sahib	ਹੱਥ	hands
		ਮੂੰਹ	face/mouth
		ਧੋਂਦਾ	washes
ਸਾਫ਼ ਸੁਥਰੇ	neat and clean	ਪਾਉਣੇ ਪੈਂਦੇ ਹਨ	has to wear
ਰੋਕਿਆ ਨਹੀਂ ਜਾਂਦਾ	not forbidden	ਹਰ	every
		ਪੁਰਸ਼	man
ਇਸਤਰੀ	woman	ਪਾਰਟੀ	party
ਧਰਮ	religion	ਅੰਦਰ	inside
ਰੰਗ	colour	ਖ਼ਾਸ	special
ਗੱਲਾਂ	things	ਪਹਿਲਾਂ	before
		ਲਿਖਿਆ	written

ਧਿਆਨ	care	ਢੱਕ	cover
ਹੇਠ	below	ਪੱਗੜੀ	turban
ਸਿਰ	head	ਬੰਨ੍ਹੀ	tied
ਰੁਮਾਲ	handkerchief	ਠੀਕ ਹੈ	all right
ਚੁੰਨੀ	ladies head-cover	ਸਿਗਰਟਾਂ	cigarettes
ਤੰਬਾਕੂ	tobacco	ਖੋਲ੍ਹ ਕੇ	take off
ਜੁੱਤੀ	shoes	ਸ਼ਰਾਬ	liquor
ਜਾਂ	or	ਕਿਤੇ ਵੀ	anywhere
ਮੱਥਾ ਟੇਕਣਾ	bow	ਰਿਵਾਜ	custom
ਵੈਸੇ	otherwise	ਨਿਯਮ	rules
ਜਾਣਕਾਰੀ	knowledge	ਸਿਖਿਆ	learnt
ਧੰਨਵਾਦੀ	thankful	ਜਲਦੀ	quickly

ਪਾਠ 10
ਚੂਹਿਆਂ ਦੀ ਮੀਟਿੰਗ

Panjabi	English	Panjabi	English
ਚੂਹੇ	mice	ਪਿੰਡ	village
ਰਹਿੰਦੇ ਸੀ	lived	ਉੱਥੇ	there
ਬਿੱਲੀ	cat	ਹਰ ਰੋਜ਼	everyday
ਤੰਗ	fed up	ਉਹਨਾਂ ਦੀ	their
ਘਟਦੀ	getting less	ਗਿਣਤੀ	number
ਗੱਲਾਂ ਕਰਨਾ	talk	ਸੋਚਣਾ	think
ਕੁਝ	some	ਸਿਆਣੇ	wise
ਸਿੱਟਾ	conclusion	ਮੀਟਿੰਗ ਬੁਲਾਉਣਾ	to call a meeting
ਆਖ਼ਰ	in the end		
ਇਕੱਠੇ ਹੋਏ	gathered	ਵਿਚਾਰ	thoughts
ਪ੍ਰਗਟ ਕੀਤੇ	expressed	ਪਸੰਦ ਆਈ	liked
ਗਲ	neck	ਟੱਲੀ	bell
ਸੁਣ ਕੇ	having heard	ਬੰਨ੍ਹ	tie
ਖੁੱਡਾਂ	holes	ਵੜ ਜਾਣਾ	to go into
ਅਕਲਮੰਦ	wise	ਕੌਣ ਹੌਸਲਾ ਕਰੇਗਾ	who will dare
ਸੋਚਾਂ ਵਿੱਚ ਪੈ ਗਏ	began to think	ਜਾਰੀ ਹੀ ਸੀ	continuing

ਪਾਠ 11
ਕਮਲਜੀਤ ਦਾ ਸਾਈਕਲ

Panjabi	English	Panjabi	English
ਮੁੰਡਾ	boy	ਉਮਰ	age
ਚੌਦਾਂ	fourteen	ਸਾਲ	years
ਗਰਮੀ	hot/heat	ਸੂਰਜ	sun
ਚਮਕ ਰਿਹਾ ਹੈ	is shining	ਦੋਨੋਂ	both
ਜਦੋਂ ਚਾਹੇ	whenever he wants	ਖੜ੍ਹਾ ਕਰਨਾ	to stop
		ਧਿਆਨ ਨਾਲ	with care
ਕਈ ਵਾਰੀ	many times	ਸਿਹਤ	health
ਬਹੁਤ ਚੰਗਾ	very good	ਸੌਖਾ ਨਹੀਂ	not easy
ਸਰਦੀਆਂ	winter	ਮੌਸਮ	weather
ਔਖਾ	difficult	ਖ਼ਾਸ ਕਰਕੇ	especially
ਸਰਦ ਦੇਸ਼	cold countries	ਠੰਡ	cold
ਬਰਫ਼	snow	ਸੱਟਾਂ	injuries
ਪੱਚੀ	twenty-five	ਵੀਹ	twenty
ਲੋਕੀ	people	ਜ਼ਿਆਦਾਤਰ	largely
ਅੱਜ-ਕੱਲ੍ਹ	these days	ਸਿਆਣੇ ਲੋਕ	old people
ਦੇਖੇ ਜਾਂਦੇ ਹਨ	are seen	ਖੇਡਣਾ	play
ਜੇਬਾਂ	pockets	ਰਜਾਈ	quilt

89

ਪਾਠ 12
ਸ਼ੇਰ ਅਤੇ ਚੂਹੀ

Panjabi	English	Panjabi	English
ਸ਼ੇਰ	lion	ਚੂਹੀ	Mouse
ਜੰਗਲ	forest	ਦਰੱਖ਼ਤ	tree
ਠੰਡੀ	cool	ਛਾਂ	Shade
ਸੁੱਤਾ ਪਿਆ ਸੀ	was sleeping	ਲਾਗੇ ਹੀ	nearby
ਬਾਹਰ ਨਿਕਲੀ	came out	ਸ਼ਰਾਰਤ	mischief
ਸੁੱਝੀ	thought	ਝੱਟ	at once
ਜਾਗ ਆ ਗਈ	woke up	ਕੁੱਝ ਨਾ ਕਿਹਾ	did not say anything
ਮਸਤੀ ਹੋਈ ਨਾ ਹਟੀ	did not stop		
ਗ਼ੁੱਸਾ	angry	ਪੰਜੇ	paw
ਘੁੱਟ ਕੇ ਮਾਰਨਾ	to kill	ਗ਼ਲਤੀ	mistake
ਅਹਿਸਾਸ	felt	ਬਾਦਸ਼ਾਹ	king
ਰੋਣ ਲੱਗ ਪਈ	began to cry	ਭੁੱਲ	mistake
ਇਸ ਵਾਰੀ	this time	ਮੁਆਫ਼ ਕਰਨਾ	excuse
ਤਰਸ ਆ ਗਿਆ	took pity on	ਧੰਨਵਾਦ ਕੀਤਾ	thanked
ਦਿਲ	heart	ਮੌਕਾ	chance
ਰਹਿਮਦਿਲੀ	kindness	ਸ਼ਿਕਾਰੀ	hungry
ਬਦਲਾ ਚੁਕਾਉਣਾ	to pay back	ਪਿੱਛੋਂ	after
ਜਾਲ	net	ਫਸ ਗਿਆ	caught
ਛੁਡਾਣ ਲਈ	to get free	ਦਹਾੜਨਾ	roar
ਕੋਸ਼ਿਸ਼ ਕੀਤੀ	tried	ਆਵਾਜ਼	voice
ਪਛਾਣ ਲਿਆ	recognised	ਪਰਿਵਾਰ	family
ਇਕੱਠਾ ਕੀਤਾ	collected	ਸਮੇਤ	with
ਤਿੱਖੇ	sharp	ਦੰਦ	teeth
ਬਚਾਇਆ	saved		

ਪਾਠ 13
ਗਰਮੀਆਂ ਦੀ ਰੁੱਤ

Panjabi	English	Panjabi	English
ਗਰਮੀਆਂ	summer	ਰੁੱਤ	season
ਸੀ	was	ਬੱਚੇ	children
ਦਿਨ	day	ਘਰ	home
ਤੋਂ	from	ਬਾਹਰ ਰਹਿਣਾ	stay outside
ਖਾਣ ਪੀਣ	eating	ਭੁੱਲ ਜਾਣਾ	forget
ਸਮਾਂ	time	ਮਸਤ	busy
ਖੇਡਾਂ	games	ਲੋਕ	people
ਸਿਆਣੇ	old	ਗੱਲਾਂ ਕਰਨਾ	talk
ਇੱਕ ਦੂਜੇ ਨਾਲ	with one another	ਅਖ਼ਬਾਰਾਂ	news paper
ਖ਼ਬਰਾਂ	news	ਸੁਣਾਉਂਦੇ ਹਨ	tell
ਔਕੜਾਂ	difficulties	ਮਖ਼ੌਲ ਕਰਨਾ	joke
ਤਾਸ਼ ਖੇਡਣਾ	play cards	ਬਿਲਕੁਲ	at all
ਸਰਦੀਆਂ	winter	ਗਰਮੀ	hot
ਬੰਦ	shut	ਸਾਹਮਣੇ	in front of
ਸਾਡੇ	our	ਵੈਨ ਵਾਲਾ	van owner
ਖੜ੍ਹ ਗਈ	stopped	ਵਜਾਉਣੀਆਂ ਸ਼ੁਰੂ ਕੀਤੀਆਂ	began to ring
ਘੰਟੀਆਂ	bells		
ਆਵਾਜ਼ ਸੁਣ ਕੇ	having heard	ਭੱਜਣ ਲੱਗੇ	began to run
ਆਂਢ ਗੁਆਂਢ	neighbours	ਦੌੜੇ	ran
ਵਿਚਾਲੇ ਛੱਡ ਕੇ	left in the middle		

ਪਾਠ 14
ਕੁਲਬੀਰ ਅਤੇ ਸੰਦੀਸ਼

Panjabi	English	Panjabi	English
ਚੰਗੀ	good	ਇਸ ਲਈ	therefore
ਹਰ ਰੋਜ਼	everyday	ਬਿਨਾਂ	without
ਸਾਢੇ ਛੇ	half past six	ਰਾਤ	night
ਸੁੱਤੀ ਉਠਦੀ ਹੈ	gets up	ਸਾਢੇ ਸੱਤ	half past seven
ਪੌਣੇ ਸੱਤ	quarter to seven	ਸਵੇਰੇ	morning
ਧੋ ਲੈਂਦੀ ਹੈ	washes	ਹੀ	yet
ਫੇਰ	then	ਨਾਲ	with
ਚਾਹ	tea	ਸੌਂ ਜਾਂਦਾ ਹੈ	sleeps
ਲਿਆ ਕੇ ਦੇਣਾ	bring	ਅਤੇ	and
ਪੀ ਕੇ	having taken	ਇਕੱਲੀ	alone
ਸੱਤ ਵਜੇ	seven o'clock	ਛੋਟਾ	younger
ਪੜ੍ਹਾਈ	study	ਭਰਾ	brother
ਉਮਰ	age	ਸਵਾ ਨੌਂ	quarter past nine
ਚੌਂਦਾਂ	fourteen	ਜਗਾਉਂਦੀ ਹੈ	wakes up
ਸਾਲ	years	ਕੰਮ ਕਰਦੇ ਹਨ	work
ਬਹੁਤ ਕੰਮ ਕਰਨਾ ਪੈਂਦਾ ਹੈ	has to work very hard	ਜਾਣ ਤੋਂ ਪਹਿਲਾਂ	before leaving
ਕਿਉਂਕਿ	because	ਰੱਖੇ ਜਾਂਦੇ ਹਨ	leave
ਬਾਅਦ	after	ਦੋਨੋਂ	both
ਨੌਕਰੀ	job	ਘਰ ਤੋਂ	from home
ਪਤਾ ਹੈ	knows	ਖਾਂਦੇ ਹਨ	eat
ਅੱਜ-ਕੱਲ੍ਹ	these days	ਪੈਦਲ	on foot